Dr. Jaerock Lee

Maging Handa at Manalangin

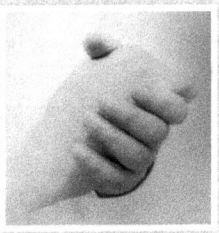

*At lumapit Siya (Jesus) sa mga alagad
at sila'y Kanyang naratnang natutulog,
at sinabi Niya kay Pedro,
"Samakatuwid, hindi ninyo kayang
makipagpuyat sa Akin ng isang oras?
Kayo'y maging handa at manalangin,
upang hindi kayo madaig ng tukso.
Ang espiritu ay tunay na nagnanais,
subalit ang laman ay mahina."
(Mateo 26:40-41)*

Maging Handa at Manalangin ni Dr. Jaerock Lee
Inilathala ng Aklat ng mga Urim (Kumakatawan: Johnny H. Kim)
73, Yeouidaebang-ro 22-gil, Dongjak-gu, Seoul, Korea
www.urimbooks.com

Ang lahat ng Karapatan ay nakalaan. Ang aklat na ito o mga bahagi niyaon ay hindi maaaring ipalimbag sa anumang anyo, itago sa ibang mga nakukuhang sistema, o maisalin sa anumang anyo o sa anumang pamamaraan, elektroniks, mekanikal, pagkopya, pagrerecored, o sa makatuwid ng walang paunang sulat pahintulot ng taga-paglathala.

Kung hindi nakatala, lahat ng siniping talata ay nagmula sa Banal na Kasulatan, ANG BAGONG ANG BIBLIA, ® Karapatan ng May-akda © 2001, Philippine Bible Society.

Karapatang sipi © 2016 ni Dr. Jaerock Lee
ISBN: 979-11-263-0673-2 03230
Naisaling Siping May karapatan © 2016 ni Dr. Esther K. Chung, Ginamit nang may pahintulot.

Naunang Nailathala sa Koreano ng Mga Aklat ng Urim noong 1992

Unang Limbag abril 2021

Sinuri ni Dr. Geumsun Vin
Dinesenyo ng Kagawarang Editoryal ng Mga aklat ng Urim
Nailimbag ng Palimbagang Kumpanya ng Prione
Para sa karagdagang impormasyon: urimbook@hotmail.com

Isang Mensahe sa Paglalathala

Kung iniutos sa atin ng Diyos na manalangin ng walang patid, itinuro din Niya kung bakit dapat nating gawin ito. Nagbabala Siya na kung hindi tayo mananalangin, matutukso tayo.

Natural lang sa isang taong may malusog na espiritu na maging masigasig sa pagsasabuhay ng Salita ng Diyos at manalangin nang walang patid, parang paghinga lang ito ng isang malusog na tao, natural lang niyang ginagawa. Ito'y sapagkat habang nananalangin siya ng madalas, tumatamasa siya ng mabuting kalusugan at lahat ng bagay ay nagiging mabuti para sa kanya, pati ang kaluluwa niya. Kaya, hindi talaga maipapaliwanag ang kahalagahan ng pananalangin.

Hindi na humihinga ang patay na tao. Tulad nito, hindi ihihinga ng isang espiritung patay ang espirituwal na hininga. Sa madaling salita, namatay ang espiritu ng tao nang magkasala si Adan. Pero dapat magpatuloy sa pananalangin ang mga espiritung binuhay ng Banal na Espiritu habang nabubuhay ang mga espiritu nila. Walang pahinga sa paghinga.

Parang sanggol ang mga mananampalatayang katatanggap pa lang kay Jesu-Cristo. Hindi sila marunong manalangin, napapagod sila sa pananalangin. Gayon pa man, kung hindi sila susuko sa pagtitiwala sa Salita ng Diyos at mananatiling masigasig sa pananalangin, lalago at lalakas ang espiritu nila. Parang isang taong humihinga para mabuhay.

Hindi lang espirituwal na paghinga ang pananalangin, ito rin ay paraan ng pag-uusap sa pagitan ng Diyos at ng mga anak Niya. Dapat manatiling bukas ito. Isang malaking trahedya sa bawat pamilya ngayon ang katotohanang naputol na ang ugnayan ng mga magulang sa kanilang mga anak. Nawala na ang tiwala nila sa isa't isa, at ang relasyon nila ay pagpapakitang-tao na lang. Gayon pa man, walang bagay na hindi natin pwedeng sabihin sa ating Diyos.

Ang ating makapangyarihang Diyos ay mapagmahal na Ama na nakakakilala at nakakaunawa sa atin. Palagi Siyang nakikinig, at hinahangad Niya na makipag-usap tayo sa Kanya nang paulit-ulit. Kaya para sa lahat ng mga mananampalataya, panalangin ang susi na magbubukas ng pintuan ng puso ng makapangyarihang Diyos at ito ay sandata na lumalampas sa panahon at lugar. Hindi ba natin nakita, narinig, at naranasan ng personal ang mga binagong buhay ng mga Cristiano, at nagbago ang direksyon ng kasaysayan ng buong mundo dahil sa panalangin?

Dahil mapagpakumbabang-loob nating hinihiling ang tulong ng Banal na Espiritu kapag nananalangin tayo, pupuspusin tayo ng Diyos ng Banal na Espiritu para mas maunawaan natin at maging malinaw ang kalooban Niya. Kung mabubuhay tayo ayon dito, magtatagumpay tayo laban sa kaaway na diyablo at magiging matagumpay sa mundong ito. Pero kung hindi tatanggapin ng isang tao ang paggabay ng Banal na Espiritu dahil hindi siya nananalangin, mas malamang na aasahan niya, una sa lahat, ang sarili niyang saloobin at teorya. Mabubuhay siya sa kasinungalingan, ito ay laban sa kalooban ng Diyos. Mahihirapan siyang maligtas. Ito ang dahilan kung bakit sinasabi sa Biblia, sa Colosas 4:2, *"Magpatuloy kayo sa pananalangin, at kayo'y magbantay na may pagpapasalamat."* At sa Mateo 26:41, *"Kayo'y maging handa at manalangin, upang hindi kayo madaig ng tukso. Ang espiritu ay tunay na nagnanais subalit ang laman ay mahina."*

Ang dahilan kung bakit natupad ng Tanging Anak ng Diyos na si Jesus ang lahat ng gawain Niya ayon sa kalooban ng Diyos ay kapangyarihan ng pananalangin. Bago Niya simulan ang ministeryo Niya, nag-ayuno Siya sa loob ng 40 araw. Ipinakita Niya ang halimbawa ng isang buhay kung saan ang pananalangin ay malaking bahagi, nanalangin Siya kahit saan at kahit anong oras, sa tatlong taong pagmiministeryo Niya.

Batid ng mga Cristiano ang kahalagahan ng pananalangin.

Pero marami sa kanila ang hindi tumatanggap ng kasagutan dahil hindi nila batid kung paano manalangin ayon sa kalooban ng Diyos. Nalulungkot ako kapag nakikita o naririnig ko ang tungkol sa mga taong tulad nito sa loob ng maraming panahon. Nasisiyahan ako sa paglalathala ng isang librong tungkol sa pananalangin, tungkol ito sa mahigit na 20 taong ministeryo at mga personal na karanasan.

Umaasa ako na malaki ang maitutulong ng librong ito sa bawat isang magbabasa para makatagpo at maranasan nila ang Diyos habang isinusulong nila ang buhay ng makapangyarihang pananalangin. Naway manatiling nakahanda ang bawat isa at nananalangin nang walang patid para tamasahin nila ang kalusugan para mapabuti rin sila tulad ng mabuting kalagayan ng kaluluwa nila. Sa pangalan ng ating Panginoon, idinadalangin ko!

Jaerock Lee

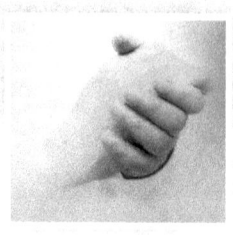

Mga Nilalaman

Maging Handa at Manalangin

Isang Mensahe sa Paglalathala

Kabanata 1
Humingi, Humanap, Kumatok 1

Kabanata 2
Paniwalaang Tinanggap na Ninyo ang mga Ito 21

Kabanata 3
Ang Panalanging Kinalulugdan ng Diyos 35

Kabanata 4
Upang Hindi Kayo Matukso 59

Kabanata 5
Ang Panalangin ng Taong Matuwid 77

Kabanata 6
Ang Dakilang Kapangyarihan ng Nagkakaisa sa Pananalangin 91

Kabanata 7
Laging Manalangin, Huwag Susuko 109

Kabanata 1

Humingi, Humanap, Kumatok

"Humingi kayo, at kayo ay bibigyan;
humanap kayo, at kayo ay makakatagpo;
kumatok kayo, at kayo'y pagbubuksan.
Sapagkat ang bawat humihingi ay tumatanggap;
at ang humahanap ay nakakatagpo;
at ang kumakatok ay pinagbubuksan.
Mayroon ba sa inyo na kung humingi ng
tinapay sa kanya ang anak, bato
ang ibibigay? O kung humingi siya ng isda
ay bibigyan niya ito ng ahas?
Kung kayo nga na masasama ay marunong
magbigay ng mabubuting kaloob sa
inyong mga anak, gaano pa kaya ang inyong
Ama na nasa langit ang magbibigay ng
mabubuting bagay sa mga humihingi sa Kanya!"

(Mateo 7:7-11)

1. Ibinibigay ng Diyos ang Mabubuting Handog sa mga Humihiling

Hindi nais ng Diyos na magdusa sa kahirapan at mga karamdaman ang mga anak Niya. Nais Niyang maging mabuti ang bawat aspeto ng buhay nila. Pero kung wala tayong gagawin at hindi kikilos, wala mangyayari sa buhay natin. Kahit kaya Niyang ibigay sa atin ang lahat ng bagay sa buong sansinukob dahil Siya ang nagmamay-ari nito, gusto Niyang humiling, humanap, at magsikap ang mga anak Niya. May isang matandang kasabihan, "Papakainin mo ang umiiyak na sanggol."

Kung may isang taong gustong makamit ang lahat ng bagay habang hindi kumikilos at walang ginagawa, wala siyang ipinagiba sa mga bulaklak sa halamanan. Gaano kaya kalungkot ang mga magulang kung parang mga halaman ang mga anak nila na buong araw nakahiga sa kama, ni hindi kumikilos para sa sariling buhay? Ang ugaling ito ay pwedeng itulad sa tamad na lalaking nagsasayang ng oras sa paghihintay na bumagsak ang prutas sa bunganga niya.

Nais ng Diyos na maging matalino at matiyagang mga anak tayo na masigasig na humihiling, humahanap, at kumakatok kaya tumatamasa ng mga biyaya Niya at lumuluwalhati sa Kanya. Ito ang pinakadahilan kung bakit iniutos Niya sa atin na humiling, humanap, at kumatok. Walang magulang na magbibigay ng bato sa anak niya kapag humingi ito ng tinapay.

Walang magulang na magbibigay sa anak niya ng ahas kapag humingi ito ng isda. Kahit napakasama ng isang magulang, hinahangad niyang magbigay ng mabubuting handog sa mga anak niya. Sa palagay ninyo, hindi ba ibibigay ng Diyos – na napakalaki ng pagmamahal sa atin kaya't ibinigay ang bugtong na Anak para mamatay para sa atin – ang mabubuting handog kung hihilingin natin?

Sa Juan 15:16, sinasabi sa atin ni Jesus, *"Ako'y hindi ninyo pinili, ngunit kayo'y pinili ko, at itinalaga ko kayo upang kayo'y humayo at magbunga, at ang mga bunga ninyo'y mananatili, upang ang anumang inyong hingin sa Ama sa Aking pangalan ay ibigay Niya sa inyo."* Ito ang tapat na pangako ng Diyos ng pag-ibig na makapangyarihan na kung masigasig tayong hihiling, hahanap, at kakatok, bubuksan Niya ang pintuan ng langit, pagpapalain tayo, at sasagutin din ang mga minimithi ng ating puso.

Ayon sa talata na pinagbatayan ng kabanatang ito, pag-aralan natin kung paano tayo hihiling, hahanap, at kakatok para tanggapin ang lahat ng kahilingan natin mula sa Diyos para lubos natin Siyang maluwalhati at lubos tayong maging maligaya.

2. Humiling, at Ito ay Ibibigay sa Inyo

Sinabi ng Diyos sa lahat, "Humiling kayo at ito ay ibibigay sa inyo," nais Niyang ang bawat isa ay maging pinagpala, tanggapin ang lahat ng kahilingan. Ano ang mga bagay na sinasabi Niyang hilingin natin?

1) Hilingin ang kalakasan ng Diyos at makita ang mukha Niya

Nilalang ng Diyos ang tao pagkatapos Niyang likhain ang langit at lupa at lahat ng bagay na narito. Binasbasan Niya ang lalaki at sinabi sa kanya na magkaroon ng mga anak at magpakarami, punuin ang lupa at supilin ito. Magkaroon ng pamamahala sa mga isda sa dagat, sa mga ibon sa himpapawid, at sa bawat bagay na may buhay na gumagalaw sa ibabaw ng lupa.

Pero, nang suwayin ng unang nilalang na si Adan ang Diyos, nawala lahat ng biyaya sa kanya. Nagtago siya nang marinig niya ang tinig ng Diyos (Genesis 3:8). Bukod dito, napalayo na ang sangkatauhan sa Diyos dahil naging makasalanan sila. Naitaboy sila sa daan patungo sa pagkawasak bilang mga alipin ng kaaway na diyablo.

Para sa mga makasalanang sangkatauhan, ipinadala ng Diyos ng pag-ibig ang anak Niyang si Jesu-Cristo dito sa lupa para iligtas sila, binuksan Niya ang daan patungo sa kaligtasan. Kung sinuman sa kanila ang tatanggap kay Jesu-Cristo bilang personal na Tagapagligtas at mananampalataya sa pangalan Niya, patatawarin ng Diyos ang lahat ng mga kasalanan nila, ibibigay sa kanila ang handog na Banal na Espiritu.

Bukod dito, maliligtas tayo dahil sa pananampalataya kay Jesu-Cristo at tatanggapin din natin ang kalakasan ng Diyos. Makakapagsulong tayo ng matagumpay na buhay bilang Cristiano kapag ibinigay sa atin ng Diyos ang kalakasan at kapangyarihan Niya. Sa madaling salita, mapagtatagumpayan natin ang mundo at makapagsusulong tayo ng buhay ayon sa Salita ng Diyos sa pamamagitan ng pagpapala at kalakasan mula sa Kanya. Kailangan natin ng kapangyarihan mula sa Kanya para matalo ang diyablo.

Sinasabi ng Mga Awit 105:4, *"Hanapin ninyo ang PANGINOON at ang Kanyang kalakasan; patuloy ninyong hanapin ang Kanyang mukha."* Ang ating Diyos ay ang *"AKO AY ANG AKO NGA"* (Exodo 3:14), Manlilikha ng langit at lupa (Genesis 2:4), at Tagapamahala ng lahat ng kasaysayan at ng lahat ng bagay sa sansinukob mula sa simula at magpakailanman. Ang Diyos ay Salita, at sa pamamagitan ng Salita ay nilikha Niya ang lahat ng bagay sa sansinukob, kaya ang Salita Niya ay makapangyarihan. Palaging nagbabago ang salita ng tao, wala itong kapangyarihang lumikha o mamahala sa mga kaganapan. Ang Salita ng Diyos ay buhay at puno ng kapangyarihan, nakakapaglikha ito, hindi gaya ng mga salita ng tao na walang katotohanan at palaging nagbabago.

Kaya kahit walang anumang lakas ang isang tao, kung

papakinggan niya at paniniwalaan ang Salita ng Diyos na buhay ng walang pagaalinlangan, siya rin ay makakapaglikha ng mga bagay mula sa wala. Ang paglikha ng isang bagay mula sa wala ay imposibleng gawin kung hindi naniniwala ang isang tao sa Salita ng Diyos. Kaya sinabi ni Jesus sa mga nakikinig sa Kanya, *"Mangyayari kung ano ang pinaniwalaan ninyo"* (Mateo 8:13). Kaya, ang paghiling ng lakas mula sa Diyos ay katulad din ng paghiling sa Kanya na bigyan tayo ng pananampalataya.

Ano ang kahulugan ng 'patuloy na hanapin ang mukha Niya'? Hindi natin masasabing 'kilala' ang isang tao kapag hindi natin nakikilala ang mukha niya, ang itinutukoy ng 'patuloy na hanapin ang mukha Niya' ay ang panahong ginugugol natin para malaman o matuklasan kung 'sino talaga ang Diyos'. Nangangahulugan itong binuksan na ang puso, hinanap at inunawa, at sinikap nang marinig ang tinig Niya ng mga taong umiiwas dati na makita ang mukha Niya. Ang isang makasalanan ay palaging nakatungo at umiiwas tumingin sa ibang tao. Sa sandaling patawarin siya, makakaharap na siya sa ibang tao.

Tulad nito, lahat ng tao ay makasalanan dahil sa pagsuway sa Salita ng Diyos. Pero kapag napatawad sila dahil tinanggap nila si Jesu-Cristo at naging anak ng Diyos dahil sa Banal na Espiritu, makikita na nila ang Diyos na Siyang Liwanag dahil ngayon sila ay tinatawag na matuwid ng Banal na Diyos.

Ang pinakamahalagang dahilan kung bakit sinasabi ng Diyos

sa mga tao na 'hilinging makita ang mukha ng Diyos' ay nais Niyang makipagkasundo ang bawat isang makasalanan sa Kanya at tanggapin ang Banal na Espiritu sa paghiling na makita ang mukha Niya, para maging anak siya ng Diyos na makakaharap sa Kanya. Kapag ang isang tao ay naging anak ng Diyos na Manlilikha, tatanggapin niya ang langit, buhay na walang hanggan, at kaligayahan. Walang mas hihigit pang biyaya sa mga ito.

2) Hilinging tuparin ang kaharian at katuwiran ng Diyos

Ang isang taong tumanggap ng Banal na Espiritu at naging anak ng Diyos ay magkakaroon ng bagong buhay dahil ipinanganak siyang muli ng Espiritu. Sinasabi ng Diyos sa ating mga anak Niya na hilingin ang pagtupad ng kaharian at katuwiran Niya ng higit sa lahat (Mateo 6:33). Para sa Kanya, mas mahalaga ang isang kaluluwa kaysa sa buong sansinukob at mundo.

Sa Mateo 6:25-33, sinasabi ni Jesus:

> Kaya nga sinasabi Ko sa inyo, huwag kayong mabalisa sa inyong buhay, kung ano ang inyong kakainin, o kung ano ang inyong iinumin; kahit sa inyong katawan, kung ano ang inyong isusuot. Hindi ba higit ang buhay kaysa

pagkain, at ang katawan kaysa damit? Tingnan ninyo ang mga ibon sa himpapawid: hindi sila naghahasik, o gumagapas, o nag-iimbak man sa mga kamalig, ngunit pinapakain sila ng inyong Ama na nasa langit. Hindi ba higit na mahalaga kayo kaysa kanila? Sino sa inyo na dahil sa pagkabalisa ay mapapahaba ang kanyang buhay? At bakit kayo mababalisa tungkol sa pananamit? Pansinin ninyo ang mga liryo sa parang, kung paano silang lumalaki; hindi sila gumagawa o humahabi man. Gayunma'y sinasabi Ko sa inyo, kahit si Solomon sa buong kaluwalhatian niya ay hindi nakapagdamit nang tulad sa isa sa mga ito. At kung gayon binibihisan ng Diyos ang damo sa parang, na ngayon ay buhay, at sa kinabukasan ay itinatapon sa kalan, hindi ba lalo Niya kayong bibihisan, O kayong maliliit ang pananampalataya? Kaya huwag kayong mabalisa, na magsasabing, "Ano ang aming kakainin" o "Ano ang aming iinumin?" o "Ano ang aming isusuot?" Sapagkat hinahanap ng mga Hentil ang lahat ng mga bagay na ito; at batid ng inyong Ama sa langit na kailangan ninyo ang lahat ng mga bagay na ito. Ngunit hanapin muna ninyo ang Kanyang kaharian at ang katuwiran, at ang lahat ng mga bagay na ito ay pawang idaragdag sa inyo.

Ano ang ibig sabihin ng, "hanapin muna ang kaharian ng Diyos" at "hanapin ang katuwiran Niya"? Sa madaling salita, anong hihilingin natin para matupad natin ang kaharian at katuwiran Niya?

Para sa sangkatauhan na inalipin ng diyablo at patungo sa pagkawasak, ipinadala ng Diyos ang bugtong na Anak Niyang si Jesus sa lupa at niloob na mamatay ito sa krus. Sa pamamagitan ni Jesu-Cristo, naibalik ng Diyos sa atin ang kapangyarihang nawala sa atin, at pinayagan tayong lumakad sa daan patungo sa kaligtasan. Habang ibinabalita natin ang tungkol sa pagkamatay ni Jesus sa krus at muling pagkabuhay Niya para sa atin, nawawasak ang puwersa ni Satanas. Habang nawawasak ang puwersa ni Satanas, mas maraming naliligaw na kaluluwa ang maliligtas. Habang dumadami ang mga ligaw na kaluluwang naliligtas, mas lalawak ang kaharian ng Diyos. Kaya ang kahulugan ng "hanapin ang kaharian ng Diyos" ay idalangin ang kaligtasan ng mga kaluluwa at mga pagmimisyon sa buong mundo, para maging mga anak ng Diyos ang lahat ng tao.

Nananahan tayo sa kadiliman sa gitna ng kasalanan at kasamaan, pero dahil kay Jesu-Cristo nagkaroon tayo ng kapangyarihan para humarap sa Diyos na Siyang liwanag. Kung makasalanan at masama tayo, hindi tayo pwedeng humarap sa Kanya ni maging mga anak Niya dahil Siya ay puno ng kabutihan, katuwiran, at kaliwanagan.

Ang "hanapin ang katuwiran Niya" ay tumutukoy sa pananalanging mabuhay ang patay na kaluluwa ng isang tao, maging masagana ang kaluluwa niya, at maging matuwid siya sa pamumuhay ayon sa Salita ng Diyos. Dapat nating hilingin sa Diyos na marinig at maintindihan natin ang Salita Niya, makalaya sa kasalanan at kadiliman at manahan sa kaliwanagan, at maging banal dahil ang Diyos ay banal.

Ang pagwaksi ng mga gawain ng laman ayon sa nais ng Banal na Espiritu at pagiging banal dahil sa pagsulong ng buhay ayon sa katotohanan ay pagtupad ng katuwiran Niya. At kung hihilingin nating matupad ang katuwiran Niya, tatamasahin natin ang kalusugan, mapapabuti tayo, magiging mabuti ang kalagayan ng kaluluwa natin (3 Juan 1:2). Kaya iniuutos sa atin ng Diyos na hilingin muna na matupad ang kaharian at katuwiran Niya, para lahat ng bagay na hihilingin natin ay ibibigay din sa atin.

3) Hilinging maging manggagawa Niya, tuparin ang mga tungkuling ibibigay Niya

Kung hiniling ninyo ang katuparan ng kaharian at katuwiran ng Diyos, pwede na ninyong idalangin na tulungan Niya kayong maging manggagawa. Kung manggagawa na kayo, idalangin ninyo na matupad ninyo ang mga tungkulin na ibibigay sa inyo ng Diyos. Ginagantimpalaan ng Diyos ang mga masigasig na humahanap sa Kanya (Sa Mga Hebreo 11:6). Magbibigay Siya ng gantimpala sa bawat isa ayon sa ginawa nila (Pahayag 22:12). Sa Pahayag 2:10, sinasabi ni Jesus sa atin, *"Maging tapat ka hanggang kamatayan, at ibibigay Ko sa iyo ang korona ng buhay."* Kahit sa buhay natin ngayon, kung mag-aaral ng masigasig ang isang tao, pwede siyang maging iskolar, makakapasok siya sa mahusay na kolehiyo. Kapag pagbubutihin niya ang pagtatrabaho, mabibigyan siya ng promosyon, bubuti ang pagtrato sa kanya at tataas ang sweldo niya.

Tulad nito, kung tapat ang mga anak ng Diyos sa mga tungkulin na ibinigay sa kanila, magkakaroon sila ng mas malalaking tungkulin at pagkakalooban sila ng mas malalaking gantimpala. Ang mga gantimpala dito ay hindi maikukumpara sa mga gantimpala sa kaharian ng langit na higit na malaki at maluwalhati. Kaya ayon sa kinalalagyan ng bawat isa, dapat tayong maging masigasig at maging tapat sa pananampalataya. Idalangin natin na maging mahalagang manggagawa tayo ng Diyos.

Kung wala pang tungkuling mula sa Diyos ang isang manggagawa, dapat niyang hilingin na maging lingkod siya sa kaharian Niya. At kung may tungkulin na siya, idalangin niya na magawa niya ito nang maayos, humanap siya ng iba pang mas malaking bagay na pwedeng gawin. Dapat idalangin ng isang taong walang katungkulan sa iglesya na maging diakono o diakonesa siya, at kapag diakono o diakonesa na siya, idalangin niyang maging elder siya. Dapat ipanalangin ng isang lider ng maliit na grupo (cell) na maging lider siya ng sangay na distrito, at kapag hawak na niya ang posisyong ito, ipanalangin niya na maging lider siya ng isang malaking distrito, at pagkatapos, idalangin niya na makuha din niya ang mas mataas na posisyon kaysa dito.

Hindi ko sinasabing dapat tayong humingi ng titulo ng elder o diakono o diakonesa. Tumutukoy ito sa katapatan sa kanilang tungkulin, sa pagsisikap, sa paglilingkod at pagpapagamit sa mas malaking gawain ng Diyos.

Ang pinakamahalagang bagay para sa isang taong binigyan ng Diyos ng tungkulin ay ang katapatan niya. Ito ang katapatan na tutulong sa kanya na gumawa ng mas malaking tungkulin kaysa sa ginagawa niya ngayon. Dapat niyang idalangin ito para papurihan siya ng Diyos, "Magaling! Mabuti at tapat na alipin!"

Sinasabi sa atin ng 1 Mga Taga-Corinto 4:2, *"Bukod dito, kailangan sa mga katiwala na sila ay matagpuang tapat."* Kaya dapat ipanalangin ng bawat isa sa atin na maging tapat na manggagawa ng Diyos sa ating mga iglesya, sa katawan ni Cristo, sa posisyong ginagampanan ng bawat isa.

4) Humiling ng pagkain para sa araw-araw

Para tubusin ang tao mula sa kahirapan, ipinanganak na mahirap si Jesus. Para gumaling ang tao mula sa karamdaman at sakit, hinagupit si Jesus at dumanak ang dugo Niya. Kaya natural lang para sa mga anak ng Diyos na magkaroon ng masagana at malusog na buhay, maging maayos ang lahat sa buhay nila.

Kung hihilingin natin na matupad ang kaharian at katuwiran

ng Diyos una sa lahat, sinabi Niya na lahat ng bagay ay ibibigay din Niya sa atin (Mateo 6:33). Sa madaling salita, pagkatapos hilingin na matupad ang kaharian at katuwiran ng Diyos, ipanalangin natin ang mga bagay na kakailanganin natin para mabuhay sa mundong ito tulad ng pagkain, damit, matitirahan, trabaho, mga biyaya sa trabaho, mabuting kalagayan ng pamilya, at iba pa. Bibigyan tayo ng Diyos ayon sa ipinangako Niya. Tandaan ninyo na kung hihilingin natin ang mga bagay na tulad nito para sa pagnanasa natin at hindi para sa kaluwalhatian ng Diyos, hindi Niya sasagutin ang panalangin natin. Ang mga dalangin na may makasalanang hangarin ay walang kinalaman sa Diyos.

3. Hanapin at Matatagpuan Ninyo

Kung may hinahanap kayo, ibig sabihin, may nawala sa inyo. Nais ng Diyos na maibalik ng mga tao ang 'isang bagay' na nawala sa kanila. Kung iniutos Niya sa atin na 'hanapin', alamin muna natin kung ano ang bagay na nawala sa atin para mahanap natin ang 'bagay' na ito. Pag-aralan natin kung paano at saan natin makikita ito.

Ano ang nawala sa atin, at paano natin 'hahanapin' ito?
Isang buhay na nilalang ang unang taong nilikha ng Diyos, mayroon siyang espiritu, kaluluwa at katawan. Bilang buhay na

nilalang na pwedeng makipag-usap sa Diyos na Espiritu, tinamasa niya ang lahat ng biyaya na ibinigay ng Diyos, nabuhay siya ayon sa Kanyang Salita.

Pero pagkatapos tuksuhin ni Satanas, sinuway niya ang utos ng Diyos. Mababasa natin sa Genesis 2:16-17, *"At iniutos ng PANGINOONG Diyos sa lalaki, 'Malaya kang makakakain mula sa lahat ng punungkahoy sa halamanan, subalit mula sa punungkahoy ng pagkakilala ng mabuti at masama ay huwag kang kakain, sapagkat sa araw na ikaw ay kumain niyon ay tiyak na mamamatay ka.'"*

Hindi sinunod ng unang nilalang ng Diyos ang buong katungkulan niya, ang matakot at sumunod sa mga utos Niya (Eclesiastes 12:13). Kaya, ayon sa babala ng Diyos sa kanya, pagkatapos niyang kainin ang bunga ng punungkahoy ng pagkakilala ng mabuti at masama, namatay ang espiritu niya at nanatili ang kanyang kaluluwa. Hindi na siya pwedeng makipag-ugnayan sa Diyos. Bukod dito, patay din ang espiritu ng lahat ng kanyang mga inapo, naging makalaman silang lahat, walang kakayahang gawin ang kanilang mga tungkulin. Pinalayas si Adan mula sa Halamanan ng Eden patungo sa isinumpang lupa. Kailangan niya at ng inapo niya na mabuhay sa gitna ng kalungkutan, pagdurusa, at karamdaman. Hindi sila makakakain kung hindi sila kikilos at magpapagod. Bukod dito, hindi na sila karapat-dapat sa layunin ng paglalang sa kanila ng Diyos dahil hinanap nila ang mga walang kabuluhang bagay ayon sa sariling kagustuhan, naging makasalanan sila.

Dahil naging kaluluwa at katawan na lang ang isang taong patay ang espiritu, dapat niyang bawiin ito para muling mabuhay at maging karapat-dapat sa layunin ng paglalang ng Diyos. Magiging espirituwal siya kung muling mabubuhay ang espiritu niya. Magkakaroon siyang muli ng ugnayan sa Diyos na Espiritu. Makakapamuhay rin siya bilang tunay na nilalang. Ito ang dahilan kung bakit iniuutos ng Diyos na hanapin natin ang espiritu nating nawala.

Binuksan ng Diyos ang daan para sa lahat ng tao para muling buhayin ang kanilang mga patay na espiritu, at ang daang ito ay si Jesu-Cristo. Kapag nagtiwala tayo kay Jesu-Cristo, tatanggapin natin ang Banal na Espiritu at Siya'y mananahan sa atin. Bubuhayin Niya ang mga espiritung patay. Kapag hinanap natin ang Diyos, narinig ang pagkatok ni Jesu-Cristo sa puso at tinanggap Siya, darating ang Banal na Espiritu para ipanganak ang espiritu (Juan 3:6). Kapag sumusunod tayo sa Banal na Espiritu, iwinawaksi ang mga gawain ng laman, maalab na pinapakinggan, iniintindi, pinagninilayan at idinadalangin ang Salita ng Diyos, maisasabuhay natin ito sa tulong Niya. Ito ang proseso ng pagbuhay ng patay na espiritu, para maging espirituwal ang isang tao at mabawi ang nawalang wangis ng Diyos.

Kapag gusto nating makuha ang sustansya mula sa pula ng itlog, dapat nating basagin muna ito at tanggalin ang puti. Tulad nito, para maging espirituwal ang isang tao, dapat niyang iwaksi ang mga gawain ng laman, at dapat niyang ipanganak ang espiritu sa pamamagitan ng Banal na Espiritu. Ito ang itinutukoy ng Diyos na 'hanapin'.

Ipagpalagay nating nawalan ng kuryente ang buong mundo. Hindi ito maibabalik ng iisang tao, kahit napakarunong pa niya. Kakailanganin niya ng mahabang oras at maraming tauhan para tumulong at dalhin ang mga kakailanganin para maibalik ang kuryente sa bawat bahagi ng mundo.

Para muling buhayin ang patay na espiritu at magkaroon ng buong espiritu, kailangang marinig at malaman ng isang tao ang Salita ng Diyos. Pero hindi sapat na malaman niya ang Salita ng Diyos para maging espirituwal. Dapat maging masigasig siyang intindihin, pagnilayan, at ipanalangin ang Salita para maisabuhay niya ito.

4. Kumatok at ang Pintuan ay Magbubukas para sa Inyo

Ang 'pintuang' itinutukoy dito ng Diyos ay isang pangako na magbubukas kapag may kumatok. Anong pintuan ba ang kakatukin natin? Ito ay pintuan ng puso ng ating Diyos.

Kinatok muna ng Diyos ang pintuan ng puso natin bago tayo kumatok sa puso Niya (Pahayag 3:20). Dahil dito, binuksan natin ang puso natin at tinanggap si Jesu-Cristo. Ngayon, tayo naman ang dapat kumatok dahil ang puso ng Diyos ay mas malawak pa kaysa sa kalangitan, at mas malalim pa sa karagatan. Kapag kumatok tayo sa puso Niya na hindi masukat, tatanggapin natin kahit na anong bagay.

Kung nananalangin tayo at kumakatok sa puso ng Diyos, bubuksan Niya ang pintuan ng langit at ibubuhos ang kayamanan sa atin. Kapag binuksan ng Diyos ang pintuan ng langit na walang makapagbubukas o makapagsasara, at nangakong magpapala sa atin, walang makapipigil sa pagbuhos ng mga biyaya (Pahayag 3:7).

Tatanggapin natin ang mga kasagutan ng Diyos kung kakatok tayo sa pintuan ng puso Niya. Pwedeng tumanggap ng malaki o maliit na biyaya, depende ito sa pagkatok ng isang tao. Kung gusto niyang tumanggap ng malalaking biyaya, dapat bumukas ng malaki ang pintuan ng langit. Kaya sipagan niya ang pagkatok, pagsikapan, at magbigay ng lugod sa Diyos.

Nalulugod at natutuwa ang Diyos kapag iwinawaksi natin ang kasamaan at isinasabuhay ang mga utos Niya ayon sa katotohanan. Kung gagawin natin ito, tatanggapin natin ano man ang hilingin natin. Sa madaling salita, "ang pagkatok sa pintuan ng puso ng Diyos" ay pamumuhay ayon sa mga utos Niya.

Kapag masigasig tayo sa pagkatok sa pintuan ng puso ng Diyos, hindi Siya magagalit at sasabihing, "Bakit ang lakas ninyong kumatok?" Matutuwa pa Siya at nanaising ibigay sa atin ang hinihiling natin. Umaasa ako na kakatukin ninyo ang puso ng ating Diyos sa pamamagitan ng inyong mga gawa para tanggapin ninyo ang lahat ng hinihiling ninyo at para mabigyan Siya ng malaking kaluwalhatian.

Nakahuli na ba kayo ng ibon gamit ang tirador? Natatandaan ko noon pinuri ako ng isang kaibigan ng tatay ko dahil mahusay akong gumamit ng tirador. Ang tirador ay isang instrumento na gawa sa kahoy na korteng 'Y', may nakataling goma sa magkabilang dulo nito, ang goma ay may lalagyan ng bato sa gitna. Binabanat ang goma na may bato para asintahin ang isang bagay na gustong patamaan.

Kung ihahambing ko ang Mateo 7:7-11 sa isang tirador, ang 'humingi' ay parang tirador na may batong panghuli ng ibon. Dapat ninyong sanayin ang inyong sarili para tamaan ang ibon. Anong saysay ng tirador at bato kung hindi naman ninyo tatamaan ang ibon? Baka kailangan ninyong gumawa ng target, pag-aralang mabuti ang paggamit ng tirador, magsanay sa target, at alamin at intindihin ang pinakamabuting paraan ng paghuli ng ibon. Ang prosesong ito ay tulad ng 'paghahanap'. Sa pagbabasa, pagintindi, at pagninilay sa Salita ng Diyos, pinaghahandaan na ninyo ang mga katangian para tumanggap ng mga biyaya bilang mga anak ng Diyos.

Kung sanay at mahusay na kayong gumamit ng tirador, simulan na ninyong manghuli. Maikukumpara ang prosesong ito sa 'kumatok'. Kung nakahanda na ang tirador at ang bato, at sanay na kayo, gamitin na ninyo ito para makahuli na ng ibon.

Sa madaling salita, kung isasabuhay natin ang Salita Niya tatanggapin natin ang mga hinihiling natin mula sa Kanya at gagawin itong pang-araw-araw na pagkain ng puso natin.

Ang humingi, humanap at kumatok ay hindi magkakahiwalay na proseso, magkakakabit na paraan ito. Batid na ninyo ngayon kung ano ang hihilingin, ang hahanapin at kung alin ang kakatukin. Nawa ay bigyan ninyo ng dakilang luwalhati ang Diyos bilang mga pinagpalang anak Niya habang tinatanggap ninyo ang mga kasagutan sa mga minimithi ng puso ninyo sa masigasig at maalab ninyong paghiling, paghahanap, at pagkatok, sa pangalan ng ating Panginoon, idinadalangin ko!

Kabanata 2

Paniwalaang Tinanggap na Ninyo ang mga Ito

Katotohanang sinasabi Ko sa inyo,
na ang sinumang magsabi sa bundok na ito,
"Mabunot ka at mapatapon ka sa dagat",
at hindi nag-aalinlangan sa kanyang puso,
kundi naniniwala na mangyayari ang kanyang sinasabi,
ay mangyayari nga iyon sa kanya.
Kaya nga sinasabi Ko sa inyo,
ang lahat ng bagay na iyong idalangin at hingin,
paniwalaan ninyong tinanggap na ninyo
at iyon ay mapapasainyo.

(Marcos 11:23-24)

1. Ang Dakilang Kapangyarihan ng Pananampalataya

Isang araw, narinig ng mga alagad ni Jesus na sinabi ng Guro nila sa isang puno ng igos na walang bunga, *"Kailanma'y hindi ka na muling magkakaroon ng bunga!"* (Mateo 21:19) Nang makita nilang nalanta ang puno hanggang sa mga ugat nito, namangha ang mga alagad, tinanong nila si Jesus, sinabi Niya sa kanila, *"Katotohanang sinasabi ko sa inyo, kung kayo'y may pananampalataya at hindi nag-aalinlangan, hindi lamang ninyo magagawa ang nagawa sa puno ng igos, kundi kahit sabihin ninyo sa bundok na ito, 'Maalis ka at mapatapon sa dagat', ito ay mangyayari"* (Mateo 21:21).

Nangako din si Jesus sa atin, *"Katotohanang sinasabi Ko sa inyo, ang sumasampalataya sa Akin ay gagawin din ang mga gawang Aking ginagawa, at lalong dakilang mga gawa kaysa rito ang gagawin niya, sapagkat Ako'y pupunta sa Ama. At anumang hingin ninyo sa Aking pangalan ay Aking gagawin, upang ang Ama ay maluwalhati sa Anak. Kung kayo'y humingi ng anuman sa pangalan Ko ay gagawin Ko"* (Juan 14:12-14), at *"Kung kayo'y mananatili sa Akin, at ang mga salita Ko'y mananatili sa inyo, hingin ninyo ang anumang inyong nais, at ito'y gagawin para sa inyo. Sa pamamagitan nito'y naluluwalhati ang Aking Ama, na kayo'y magbunga ng marami, at maging mga alagad Ko"* (Juan 15:7-8).

Sa madaling salita, dahil ang Diyos na Manlilikha ay naging

Ama na ng mga tumanggap kay Jesu-Cristo, masasagot na ang mga minimithi ng puso nila kapag nagtiwala at sumunod sila sa Salita ng Diyos. Sinasabi ni Jesus sa atin sa Mateo 17:20, *"Dahil maliit ang inyong pananampalataya. Sapagkat katotohanang sinasabi Ko sa inyo, kung mayroon kayong pananampalataya na kasinglaki ng butil ng binhi ng mustasa, sasabihin ninyo sa bundok na ito, 'Lumipat ka roon mula rito', at ito'y lilipat; at sa inyo ay walang hindi maaaring mangyari."* Bakit napakaraming hindi tumatanggap ng kasagutan at hindi nagbibigay ng luwalhati sa Diyos sa kabila ng napakaraming oras ng pananalangin? Pag-aralan natin kung paano natin luluwalhatiin ang Diyos habang tinatanggap natin ang lahat ng idinadalangin at hinihiling natin.

2. Magtiwala sa Pinakamakapangyarihang Diyos

Para manatiling buhay magmula sa kapanganakan ang isang tao, kailangan niya ng pagkain, damit, bahay, at iba pa. Pero ang pinakamahalagang elemento para manatiling buhay ay ang paghinga; ginagawa nitong posible at kapakipakinabang ang buhay. Kahit nangangailangan din ng maraming bagay sa buhay ang mga anak ng Diyos na tumanggap kay Jesu-Cristo at ipinanganak na muli, ang pinakamahalaga sa buhay nila ay panalangin.

Ang panalangin ay paraan ng pakikipag-usap sa Diyos na

Espiritu, hininga rin ito ng ating espiritu. Bukod dito, dahil ang panalangin ay paraan para humiling at tumanggap ng mga kasagutan Niya, ang pinakamahalagang aspeto ng pananalangin ay pusong nagtitiwala sa pinakamakapangyarihang Diyos. Madadama ng isang tao ang katiyakan ng pagsagot ng Diyos habang nananalangin siya. Tatanggapin niya ang sagot ayon sa pagtitiwala at pananampalataya niya sa Diyos.

Sino ang Diyos na ito na pinagtitiwalaan natin?

Sa Pahayag 1:8, nagpakilala Siya, *"'Ako ang Alpha at ang Omega,' sabi ng Panginoong Diyos, na Siyang ngayon at ang nakaraan, at ang darating, ang Makapangyarihan sa lahat."* Ang Diyos na ipinakilala sa Lumang Tipan ay ang Manlilikha ng lahat ng bagay sa sansinukob (Genesis 1:1-31). Siya din ang humati sa Dagat na Pula para makadaan ang mga Israelita na tumakas mula sa Ehipto (Exodo 14:21-29). Lumakad ang mga Israelita palibot sa lunsod ng Jerico sa loob ng pitong araw bilang pagsunod sa utos ng Diyos at pagkatapos ay sabay-sabay na sumigaw ng malakas, nagiba ang napakatibay na pader ng Jerico (Josue 6:1-21). Nang manalangin si Josue sa Diyos sa gitna ng laban sa mga Amoreo, pinahinto ng Diyos ang araw at ang buwan (Josue 10:12-14).

Sa Bagong Tipan, bumuhay ng patay mula sa libingan ang Anak ng makapangyarihang Diyos na si Jesus (Juan 11:17-44), nagpagaling ng mga karamdaman at sakit (Mateo 4:23-24), binuksan ang mga mata ng bulag (Juan 9:6-11), at pinatayo at pinalakad ang lumpo (Ang Mga Gawa 3:1-10). Pinalayas Niya ang buong pwersa ng kaaway na diyablo at masasamang espiritu sa isang Salita (Marcos 5:1-20), at nagpakain at bumusog ng 5,000 tao sa pamamagitan lang ng limang tinapay at dalawang isda (Marcos 6:34-44). Bukod dito, ipinakita Niya na Siya ang tagapamahala ng lahat ng bagay sa sansinukob dahil napakalma Niya ang malakas na alon at hangin (Marcos 4:35-39).

Kaya pagtiwalaan natin ang pinakamakapangyarihang Diyos na nagbibigay sa atin ng mga kaloob dahil sa umaapaw na pagmamahal Niya. Sa Mateo 7:9-11, sinabi ni Jesus sa atin, *"Mayroon bang tao sa inyo, na kung humingi ng tinapay sa kanya ang kanyang anak ay bato ang ibibigay? O kung humingi siya ng isda ay bibigyan niya ito ng ahas? Kung kayo nga na masasama ay marunong magbigay ng mabubuting kaloob sa inyong mga anak, gaano pa kaya ang inyong Ama na nasa Langit ang magbigay ng mabubuting bagay sa mga humihingi sa kanya?"* Nais ng Diyos ng pag-ibig na ibigay ang pinakamabubuting kaloob sa mga anak Niya.

Dahil sa umaapaw na pag-ibig Niya, ibinigay Niya sa atin ang bugtong na Anak Niya. Ano pang hindi Niya ibibigay? Sinasabi sa atin ng Isaias 53:5-6, *"Ngunit Siya'y nasugatan dahil sa ating pagsuway, Siya'y binugbog dahil sa ating mga kasamaan; ipinataw sa Kanya ang parusa para sa ating kapayapaan, at sa pamamagitan ng Kanyang mga latay ay gumaling tayo.*

Tayong lahat ay gaya ng mga tupang naligaw; bawat isa sa atin ay lumihis sa kanyang sariling daan; at ipinasan sa Kanya ng PANGINOON ang lahat nating kasamaan." Sa pamamagitan ni Jesu-Cristo na inihanda ng Diyos para sa atin, nagkaroon tayo ng buhay mula sa kamatayan, tatamasahin natin ang kapayapaan at kagalingan.

Hindi dapat mag-alala at mabahala ang mga anak ng Diyos kapag may dumarating na tukso at kalungkutan, sa halip, dapat silang magpasalamat, magsaya, at manalangin. Maglingkod sila sa makapangyarihan at buhay na Diyos at magtiwala sila sa Kanya bilang Ama na gagawing mabuti ang lahat ng bagay para sa kanilang mga nagmamahal sa kanila. Sasagutin Niya ang mga tumatawag sa Kanya.

Ito ay 'pagtitiwala sa Diyos', nalulugod Siya kapag nakikita Niya ang ganitong klaseng pananampalataya. Sinasagot tayo ng Diyos ayon sa pananampalataya natin, at dahil pinapatunayan Niya na buhay Siya, kalooban Niya na luwalhatiin natin Siya.

3. Humiling ng may Pananampalataya, Huwag Magalinlangan

Kalooban ng Diyos na Manlilikha ng langit, lupa, at sangkatauhan na maisulat ng tao ang Biblia para malaman ng lahat ang nais at plano Niya. Nagpapakita rin Siya sa mga nagtitiwala at sumusunod sa Salita Niya. Pinatutunayan Niya na buhay Siya at makapangyarihan sa mga mahimalang mga tanda at himala.

Paniniwalaan nating may buhay na Diyos kapag nakikita natin ang sanlibutan (Mga Taga-Roma 1:20). Luluwalhatiin natin Siya dahil sinasagot Niya ang mga panalangin natin na may pananampalataya sa Kanya.

Mayroong 'makalaman na pananampalataya', nananampalataya tayo dahil ang kaalaman o saloobin natin ay akma o kapareho ng nakasulat sa Salita ng Diyos, at mayroong 'espirituwal na pananampalataya', ang pananampalatayang sinasagot Niya. Kahit nahihirapan tayong paniwalaan ang Salita ng Diyos ayon sa sariling kaalaman at saloobin natin, bibigyan Niya tayo ng katiyakan kung mananampalataya tayo sa Kanya. Ang mga bagay na ito ay magiging daan para sa kasagutan, ito ay espirituwal na pananampalataya.

Sinasabi sa atin ng Santiago 1:6-8, *"Ngunit humingi siyang may pananampalataya na walang pagaalinlangan, sapagkat ang nagaalinlangan ay katulad ng alon sa dagat na nahihipan at ipinapadpad ng hangin. Sapagkat ang taong iyon ay hindi dapat mag-akala na siya'y tatanggap ng anumang bagay mula sa Panginoon. Siya ay isang taong nagdadalawang-isip, di-matatag sa kanyang mga lakad."*

Ang pagaalinlangan o pagdududa ay nagsisimula sa kaalaman, saloobin, pangangatwiran, at pagkukunwari ng isang tao, dinadala ito ng kaaway na diyablo. Walang isang salita at tuso ang pusong nagaalinlangan, kinapopootan ito ng Diyos. Hindi ba nakakalungkot isipin kung hindi naniniwala ang mga anak ninyo na kayo ang mga magulang nila? Tulad nito, paano sasagutin ng Diyos ang mga dalangin ng mga anak Niya kung hindi sila nagtitiwala na Siya ay Ama nila, kahit Siya ang nag-aalaga sa kanila?

Kaya pinapaalalahanan tayo, *"Sapagkat ang kaisipan ng laman ay pagkapoot laban sa Diyos; sapagkat hindi ito napapasakop sa kautusan ng Diyos, ni hindi nga maaari; at ang nasa laman ay hindi makapagbibigay-lugod sa Diyos"* (Mga Taga-Roma 8:7-8), at hinikayat tayong, *"...gibain ang mga pangangatuwiran ng bawat palalong hadlang laban sa karunungan ng Diyos, at bihagin ang bawat pag-iisip upang sumunod kay Cristo"* (2 Mga Taga-Corinto 10:5).

Hindi tayo magkakaroon kahit kaunting pagaalinlangan kapag naging espirituwal ang pananampalataya natin. Lubos na malulugod ang Diyos sa atin, ibibigay Niya anuman ang hilingin natin. Nang kumilos si Moises at Josue ng may pananampalataya at walang pagaalinlangan, nahati nila ang Dagat na Pula, natawid ang Ilog ng Jordan, at nagiba ang pader ng Jerico. Tulad nito, kung hindi magaalinlangan ang puso ninyo, paniniwalaan na mangyayari anuman ang sinabi at sasabihin sa bundok na 'lumipat ka roon sa karagatan', mangyayari ito para sa inyo.

Ipagpalagay nating sinabi ninyo sa Mt. Everest, "Lumipat

ka sa Indian Ocean." Tatanggapin ba ninyo ang sagot sa dalangin ninyo? Magkakaroon ng malaking kaguluhan sa buong mundo kapag nangyari ito. Hindi ito kalooban ng Diyos, ang panalanging ito ay hindi sasagutin kahit gaanong pananalangin pa ang gawin ninyo dahil hindi Niya ibibigay sa inyo ang espirituwal na pananampalataya na magbibigay sa inyo ng lakas para magtiwala sa Kanya.

Kung may idinadalangin kayong isang bagay na gusto ninyong matupad pero ito ay laban sa kalooban ng Diyos, hindi ibibigay sa inyo ang pananampalatayang nagmumula sa puso. Sa simula, magtitiwala kayong sasagutin ang panalangin ninyo, pero habang lumilipas ang panahon, magkakaroon na ng pagdududa. Kung mananalangin at hihiling tayo ayon sa kalooban ng Diyos, tatanggapin natin ang mga kasagutan. Walang kahit kaunting pag-aalinlangan. Kaya kung ang panalangin ninyo ay hindi pa sinasagot, dapat ninyong alamin kung laban sa kalooban ng Diyos ang idinadalangin ninyo, o kaya, nagkakasala kayo dahil nag-aalinlangan o nagdududa kayo sa Salita Niya.

Pinapaalalahanan tayo ng 1 Juan 3:21-22, *"Mga minamahal, kung tayo'y hindi hinahatulan ng ating puso, tayo ay may kapanatagan sa harapan ng Diyos; at anumang ating hingin ay tinatanggap natin mula sa Kanya, sapagkat tinutupad natin ang Kanyang mga utos at ginagawa natin ang mga bagay na kalugud-lugod sa Kanyang harapan."*

Hindi hinihiling ng mga taong sumusunod sa mga utos ng

Diyos at gumagawa ng mga bagay na nakakalugod sa Kanya ang mga bagay na labag sa kalooban Niya. Tatanggapin natin ano man ang hilingin natin kung ang ipinapanalangin natin ay ayon sa kalooban Niya. Sinasabi sa atin ng Diyos, *"Lahat ng bagay na inyong idalangin at hingin, paniwalaan ninyong tinanggap na ninyo at iyon ay mapapasainyo"*

Kaya para tanggapin ang mga kasagutan ng Diyos, tanggapin muna ang espirituwal na pananampalataya mula sa Kanya. Ibibigay Niya ito sa inyo kapag kumikilos at nabubuhay kayo ayon sa Salita Niya. Habang binubuwag ninyo ang mga pangangatuwiran at mga sariling pananaw tungkol sa Diyos, unti-unting mawawala ang mga pag-aalinlangan. Magkakaroon kayo ng espirituwal na pananampalataya, at tatanggapin ninyo kahit na anong hilingin ninyo.

4. Lahat ng Bagay na Idinalangin at Hiniling, Paniwalaang Tinanggap na Ninyo

Pinapaalalahanan tayo ng Mga Bilang 23:19, *"Ang Diyos ay hindi tao, na nagsisinungaling, ni anak ng tao na magsisisi. Sinabi ba Niya at hindi Niya gagawin? O sinalita ba Niya at hindi Niya tutuparin?"*

Kung totoong naniniwala kayo sa Diyos, humiling kayo nang may pananampalataya, walang bahid ng anumang pag-aalinlangan, paniwalaan ninyong tinanggap na ninyo ang lahat ng bagay na hiniling at idinalangin ninyo. Ang Diyos ay makapangyarihan at tapat, nangako Siya na sasagot sa atin.

Bakit marami ang nagsasabing hindi nila tinanggap ang kasagutan Niya kahit nanalangin sila nang may pananampalataya? Dahil kaya hindi sumagot ang Diyos? Sumagot ang Diyos sa panalangin nila pero hindi pa nila natanggap dahil hindi pa nila inihanda ang sarili bilang mga sisidlan na karapat-dapat paglagyan ng mga kasagutan Niya.

Kapag nagtanim ang isang magsasaka, naniniwala siyang mag-aani siya ng mga bunga, pero hindi agad-agad. Pagkatapos itanim ang mga butil, uusbong ito, mamumulaklak, at magbubunga. Mas matagal magbunga ang ibang binhi kaysa sa iba. Nangangailangan ng ganitong proseso ang pagtanggap ng mga kasagutan ng Diyos. Dapat itong itanim at alagaan.

Sabihin nating nanalangin ang ilang estudyante, "Loobin po Ninyo na makapasok at makapag-aral ako sa Harvard University." Kung nanalangin ang estudyante ng may pananampalataya sa kapangyarihan ng Diyos, sasagutin Niya ang panalangin nito. Kaya lang, hindi ito darating agad, ihahanda muna ng Diyos ang estudyante para lumago at maging karapat-dapat na sisidlan ng mga sagot Niya, pagkatapos sasagutin na Niya ang panalangin. Ibibigay ng Diyos sa kanya ang kaloobang nagtitiyaga at nagpupursigi sa pag-aaral para manguna siya sa eskwelahan. Habang masipag sa pananalangin ang estudyante, tatanggalin ng Diyos sa isipan niya ang mga makamundong bagay, bibigyan Niya ito ng karunungan, pagliliwanagin Niya ang isipan nito para makapag-aral ng mabuti. Ang Diyos ang mamamahala sa mga pangyayari sa buhay nito, ayon sa mga gawain nito. Tuturuan Niya ang estudyante para magkaroon ng mga katangiang maghahanda dito sa pagpasok sa Harvard University pagdating ng tamang panahon.

Ganito rin ang mangyayari sa mga taong may karamdaman. Habang natututuhan nila sa Salita ng Diyos kung bakit nagkakaroon ng karamdaman at kung paano ito pagagagalingin, kapag nanalangin sila ng may pananampalataya, gagaling sila. Dapat nilang makita ang pader ng kasalanan na nakatayo sa pagitan nila ng Diyos at tuklasin kung ano ang pinagmumulan ng karamdaman. Kung nagkaroon sila ng karamdaman dahil sa galit, iwaksi nila ang galit, punuin nila ng pag-ibig ang puso nila. Kung nagmumula ang sakit nila sa katakawan sa pagkain, dapat nilang hilingin sa Diyos ang kalakasan para pigilan ang sarili. Itama nila o alisin ang masamang ugaling ito. Sa prosesong ito, ibibigay ng Diyos ang pananampalataya para magtiwala para maihanda sila sa pagiging karapat-dapat na sisidlan ng mga kasagutan Niya.

Walang ipinag-iba dito ang mga panalangin ninyo tungkol sa pag-unlad ng inyong negosyo. Kung idinadalangin ninyong makatanggap ng mga biyaya mula dito, bibigyan muna kayo ng Diyos ng pagsubok para makita kung karapat-dapat kayong sisidlan. Bibigyan Niya kayo ng karunungan at kapangyarihan para makita ng ibang tao ang kaibahan ng pagpapatakbo ninyo ng negosyo, para lumago ito, para maging napakaayos ng situwasyon para sa pagnenegosyo. Dadalhin Niya kayo sa mga taong mapagkakatiwalaan, unti-unting palalakihin ang kinikita, at pangangalagaan ang negosyo ninyo. Kapag dumating na ang panahong itinakda Niya, sasagutin Niya ang mga ipinalangin ninyo.

Sa paghahasik at pangangalagang prosesong ito ng Diyos, gagawin Niyang mabuti ang kalagayan ng kaluluwa ninyo, susubukin Niya kayo para maging karapat-dapat kayong sisidlan ng mga kahilingan ninyo. Kaya huwag kayong mainip, iayos ninyo ang sarili at maghintay sa tamang oras ng Diyos, nagtitiwalang tinanggap na ninyo ang sagot sa mga hiniling.

Ayon sa batas ng espirituwal na kaharian, sinasagot ng makapangyarihang Diyos ang mga anak Niya batay sa katarungan Niya, nalulugod Siya kung humihiling sila ng may pananampalataya. Ipinapaalala sa atin ng Sa Mga Hebreo 11:6, *"At kung walang pananampalataya ay hindi maaaring kalugdan ng Diyos, sapagkat ang sinumang lumalapit sa Kanya ay dapat sumampalatayang may Diyos at Siya ang tagapagbigay-gantimpala sa mga masigasig na humahanap sa Kanya."*

Nawa'y magkaroon kayo ng pananampalataya na nakakalugod sa Diyos, nagtitiwalang tinanggap na ninyo ang mga bagay na hiniling ninyo sa panalangin. Bigyan ninyo Siya ng kaluwalhatian sa pagtanggap ninyo ng sagot sa inyong mga kahilingan, sa pangalan ng Panginoon, idinadalangin ko!

Kabanata 3

Ang Panalanging Kinalulugdan ng Diyos

At Siya'y lumabas at pumaroon, gaya ng
Kanyang nakaugalian sa Bundok ng mga Olibo
at sumunod naman sa Kanya ang mga alagad.
Nang Siya'y dumating sa pook na iyon, sinabi Niya sa kanila,
"Manalangin kayo upang hindi kayo
pumasok sa panahon ng pagsubok."
Siya'y humiwalay sa kanila na may
agwat na isang pukol na bato,
Siya'y lumuhod at nanalangin,
"Ama, kung ibig Mo, ilayo Mo sa Akin ang kopang ito;
gayunma'y huwag ang kalooban
Ko ang mangyari kundi ang sa Iyo."
Nagpakita sa Kanya ang isang anghel
na mula sa langit na nagpalakas sa Kanya.
Sa Kanyang matinding paghihirap ay nanalangin
Siya ng higit na taimtim,
at ang Kanyang pawis ay naging gaya ng
malalaking patak ng dugo na tumutulo sa lupa.

(Lucas 22:39-44)

1. Nagbigay si Jesus ng Halimbawa ng Tamang Pananalangin

Ipinakita sa Lucas 22:39-44 ang tagpong nananalangin si Jesus sa Getsemani sa gabing bago Niya ipasan ang krus para buksan ang daan patungo sa kaligtasan ng sangkatauhan. Nakasulat sa mga talatang ito kung ano dapat ang ugali at kalooban natin kapag nananalangin tayo.

Paano nanalangin si Jesus? Paano Niya nakayang pasanin ang mabigat na krus at mapagtagumpayan ang kaaway na diyablo? Ano ang nasa puso ni Jesus na nakapagbigay ng lugod sa Diyos kaya nagpadala ito ng mga anghel para palakasin Siya?

Batay sa mga talatang ito, pag-aralan natin ang tamang paraan ng pananalangin at kung anong klaseng panalangin ang kinalulugdan ng Diyos. Nakikiusap ako sa inyo na suriin ninyo kung paano kayo manalangin.

1) Palaging nananalangin si Jesus

Sinabi sa atin ng Diyos na manalangin ng walang patid (1 Mga Taga-Tesalonica 5:17). At nangako Siya na ibibigay Niya sa atin kapag humingi tayo sa Kanya (Mateo 7:7). Kahit batid na natin na dapat manalangin ng walang patid at humiling, nananalangin ang karamihan sa atin kung may problema o kung may hihingin.

Lumabas si Jesus at nagpunta sa Bundok ng Oliba para

manalangin tulad ng nakasanayan Niya (Lucas 22:39). Ipinagpatuloy ni Propetang Daniel ang pagluhod tatlong beses sa isang araw. Nanalangin at nagpasalamat siya sa Diyos gaya ng dati niyang ginagawa (Daniel 6:10), at nagtakda ng oras sa isang araw ang dalawang alagad na sina Pedro at Juan para manalangin (Ang Mga Gawa 3:1).

Sundin natin ang halimbawang ipinakita ni Jesus, ugaliin natin at magtakda tayo ng partikular na oras para sa patuloy na pananalangin araw-araw. Nalulugod ang Diyos sa panalangin sa madaling araw kung saan inihahandog ng mga tao ang isang buong araw sa Kanya, at sa panalangin sa gabi kung saan nagpapasalamat sila sa proteksyon Niya sa isang buong araw hanggang sa pagtatapos nito. Dahil sa mga panalanging ito, tatanggapin ninyo ang dakilang kapangyarihan Niya.

2) Lumuhod si Jesus para manalangin

Kapag lumuluhod kayo, ang puso ninyo na siyang sumasambit ng mga dalangin ninyo ay tumatayo ng tuwid. Pagpapakita ito ng paggalang sa mga taong kausap ninyo. Dapat lang lumuhod ang isang taong nananalangin at nakikipag-usap sa Diyos.

Nanalangin ng nakaluhod at may pagpapakumbaba si Jesus na Siyang Anak ng Diyos kapag nakikipag-usap Siya sa makapangyarihang Diyos. Nanalangin habang nakaluhod sina Haring Solomon (1 Mga Hari 8:54), Apostol Pablo (Ang Mga

Gawa 20:36), Diakono Esteban na naging martir (Ang Mga Gawa 7:60). Kapag may hihingin tayong pabor o bagay na nagugustuhan natin mula sa ating mga magulang o sa mga taong may kapangyarihan, ninenerbiyos tayo, nag-iingat, ayaw nating magkamali. Paano tayo haharap nang maayos ang isipan at katawan kung alam natin na ang kakausapin natin ay ang Diyos na Manlilikha? Ang pagluhod ay pagpapakita ng nilalaman ng puso, paggalang sa Diyos, at pagtitiwala sa kapangyarihan Niya. Linisin natin ang sarili at lumuhod dahil sa pagpapakumbaba kapag mananalangin tayo.

3) Ang panalangin ni Jesus ay ayon sa kalooban ng Diyos

Nanalangin si Jesus sa Diyos, *"Gayunma'y huwag ang kalooban Ko ang mangyari kundi ang sa Iyo"* (Lucas 22:42). Dumating si Jesus dito sa mundo para mamatay sa krus na kahoy kahit wala Siyang ginawang kasalanan at kasamaan. Ganito ang panalangin Niya, *"Ama, kung ibig Mo, ilayo Mo sa Akin ang kopang ito"* (Lucas 22:42). Pero batid Niya ang kalooban ng Diyos na iligtas ang buong sangkatauhan sa pamamagitan ng isang tao. Hindi para sa ikabubuti ng sarili ang panalangin Niya, kundi ayon ito sa kalooban ng Diyos.

Sinasabi sa atin ng 1 Mga Taga-Corinto 10:31, *"Kaya kung kayo man ay kumakain, umiinom, o anuman ang inyong ginagawa, gawin ninyo ang lahat sa ikaluluwalhati ng Diyos."* Kung humihiling tayo ng bagay na pinagnanasaan lang natin at hindi magbibigay ng kaluwalhatian sa Diyos, mali ang ginagawa natin. Dapat tayong manalangin ayon sa kalooban ng Diyos. Bukod dito, sinasabi ng Diyos sa atin na tandaan ang nakasulat sa Santiago 4:2-3, *"Kayo'y naghahangad, at kayo'y wala; kayo'y pumapatay at kayo'y nag-iimbot at kayo'y hindi nagkakamit. Kayo'y nag-aaway at nagdidigmaan. Kayo'y wala, sapagkat hindi kayo humihingi. Kayo'y humihingi, at hindi tumatanggap, sapagkat humihingi kayo sa masamang dahilan, upang gugulin ninyo ito sa inyong mga kalayawan."* Isipin natin kung humihiling tayo para sa sariling pakinabang.

4) Nanalangin si Jesus ng napakataimtim at napakaalab

Mababasa natin sa Lucas 22:44 kung gaano kalalim ang pananalangin ni Jesus. *"Sa kanyang matinding paghihirap ay nanalangin Siya ng higit na taimtim, at ang Kanyang pawis ay naging gaya ng malalaking patak ng dugo na tumutulo sa lupa."*

Malamig ang klima kapag gabi sa Getsemani kung saan nanalangin si Jesus, hindi kayo basta pagpapawisan. Naiisip ba ninyo kung gaano katindi ang matapat at maalab na pananalangin ni Jesus kaya naging parang dugo ang pawis Niyang tumulo sa lupa? Kung naging tahimik ang pananalangin

Niya, pagpapawisan ba Siya? Habang nananangis ng may pagluha si Jesus sa maalab na pananalangin, naging 'parang dugong tumutulo sa lupa' ang pawis Niya.

Sa Genesis 3:17, sinabi ng Diyos kay Adan, *"Sapagkat nakinig ka sa tinig ng iyong asawa, at kumain ka ng bunga ng punungkahoy na Aking iniutos sa iyo na, 'Huwag mong kainin' sumpain ang lupa dahil sa iyo. Kakain ka mula sa kanya sa pamamagitan ng iyong mabigat na paggawa sa lahat ng mga araw ng iyong buhay."* Bago isinumpa ang tao, masagana ang buhay niya, mayroon siya ng lahat ng bagay na ibinigay sa kanya ng Diyos. Nang magkasala siya dahil sa pagsuway sa Diyos, naputol ang pakikipag-ugnayan niya sa kanyang Manlilikha, magtatrabaho siya ng mabigat para makakakin.

Kung may mga bagay na makukuha pagkatapos nating paghirapan sa pagtatrabaho, anong gagawin natin kung hihiling tayo sa Diyos ng isang bagay na hindi makukuha sa pagtatrabaho? Tandaan ninyo, tatanggapin natin ang hinahangad natin mula sa Diyos pagkatapos ng pananalangin na may pagtangis, matinding paghihirap at pagpapawis sa harapan Niya. Bukod dito, isaisip natin ang sinabi sa atin ng Diyos na kailangan ng matinding paghihirap at pagbibigay ng lakas para magbunga at kung paanong si Jesus mismo ay masigasig na nagdusa at nanlaban habang nananalangin. Alalahanin ninyo ito, gawin ninyo kung anong ginawa ni Jesus, at manalangin kayo sa paraang kalugod-lugod sa Diyos.

Napag-aralan na natin ang halimbawang ipinakita ni Jesus para sa tamang paraan ng pananalangin. Kung si Jesus, na may malaking kapangyarihan, ay nanalangin para magsilbing halimbawa sa atin, anong klaseng asal ang dapat nating ipakita kung mananalangin tayong mga hamak na nilikha ng Diyos? Ang panlabas na anyo at asal sa pananalangin ay nagpapahayag ng nilalaman ng puso. Kaya ang kalooban natin kapag nananalangin ay kasing-halaga ng asal natin habang nananalangin.

2. Mga Bagay na Kinakailangan para Malugod ang Diyos sa Panalangin Natin

Kapag nananalangin tayo, anong klaseng kalooban ang dapat nating ipakita para malugod ang Diyos at sagutin ang panalangin natin?

1) Manalangin ng buong puso

Natutuhan natin sa halimbawang ipinakita ni Jesus na ang panalanging taos-puso ay nagmumula sa klase ng asal habang nananalangin sa Diyos. Masasabi natin kung anong nilalaman ng puso ng isang tao sa pamamagitan ng ugali niya.

Basahin natin ang panalangin ni Jacob sa Genesis 32. Nang makarating si Jacob sa Ilog ng Jaboc nalagay siya sa mahirap na kalagayan. Hindi na siya pwedeng bumalik sa hangganan ng Galeed dahil nakipagkasundo siya sa kanyang tiyuhing si Laban na hindi niya tatawirin ang hangganan. Hindi rin niya pwedeng tawirin ang Jaboc kung saan naghihintay si Esau at ang 400 na tauhan nito sa kabila para bihagin siya. Napakadesperadong panahon ito para kay Jacob, nasira ang dangal at tiwala niya sa sarili. Napagtanto ni Jacob na malulutas lang ang mga problema niya kung ipagkakatiwala niya lahat ng bagay sa Diyos. Habang nananalangin ng maalab at taimtim si Jacob hanggang malinsad ang kasu-kasuan niya sa hita, tinanggap niya ang sagot ng Diyos. Naantig ni Jacob ang damdamin ng Diyos, nakasundo niyang muli ang kapatid niyang si Esau na naghihintay sa kanya.

Basahin ninyo ang 1 Mga Hari 18 kung saan tinanggap ng Propetang Elias ang 'lumalagablab na kasagutan' ng Diyos na nagbigay ng dakilang luwalhati sa Kanya. Noong panahong laganap ang pagsamba sa mga diyus-diyosan sa ilalim ng paghahari ni Ahab, mag-isang nakipaglaban si Propetang Elias sa 450 propeta ni Baal. Tinalo niya ang mga ito sa pamamagitan ng pagpapababa ng sagot ng Diyos sa harapan ng mga Israelita at nagsilbing saksi ng buhay na Diyos.

Ito ang panahong sinisisi ni Ahab si Propetang Elias dahil akala niya ito ang nagdala ng tatlo at kalahating taon na tagtuyot sa Israel, hinanap niya ang propeta. Gayon pa man, nang iutos ng Diyos kay Elias na humarap kay Ahab, agad itong sumunod. Nang humarap ang propeta kay Haring Ahab na naghihintay para patayin siya, matapang niyang ipinahayag ang nais sabihin ng Diyos. Nabaliktad niya ang lahat ng bagay sa pamamagitan ng panalanging puno ng pananampalataya, ni walang pag-aalinlangan. Nagsisi ang mga taong sumamba sa mga diyus-diyosan at nanumbalik sila sa Diyos. At si Elias ay yumukod sa lupa at inilagay ang kanyang mukha sa pagitan ng mga tuhod niya habang idinadalangin niyang tapusin na ng Diyos ang tagtuyot na nagpapahirap sa lupa sa loob ng tatlo at kalahating taon (1 Mga Hari 18:42).

Pinapaalalahanan tayo ng ating Diyos sa Ezekiel 36:36-37, *"'Akong PANGINOON ang nagsalita, at Aking gagawin.' Ganito ang sabi ng PANGINOONG DIYOS: 'Bukod pa dito'y hahayaan Ko ang sambahayan ni Israel na humiling sa Akin upang gawin ito sa kanila.'"* Sa madaling salita, kahit ipinangako ng Diyos kay Elias na magkakaroon ng malakas na pag-ulan sa Israel, hindi ito mangyayari kung hindi siya nanalangin ng maalab at taos-puso. Ang panalanging taos-puso ay totoong aantig ng damdamin at magpapakilos sa Diyos, sasagot Siya agad para luwalhatiin natin Siya.

2) Dapat kayong tumangis sa harapan ng Diyos kapag nananalangin

Nangako ang Diyos na makikinig at makikipagtagpo Siya sa atin kapag lumapit at nanalangin tayo sa Kanya, at kapag hinahanap natin Siya ng buong puso (Jeremias 29:12-13;

Mga Kawikaan 8:17). Sa Jeremias 33:3 ipinangako din Niya, *"Tumawag ka sa Akin, at Ako'y sasagot sa iyo, at magsasabi sa iyo ng mga dakila at makapangyarihang bagay na hindi mo nalalaman."* Ang dahilan kung bakit sinabi sa atin ng Diyos na tumangis sa pananalangin ay sapagkat makakapanalangin tayo ng taos-puso kapag malakas ang boses natin. Sa madaling salita, kapag tumatangis tayo sa pananalangin, mawawala sa isipan natin ang kamunduhan, pagod at antok, at mga pansariling saloobin.

Pero maraming mga iglesya ngayon ang naniniwala at nagtuturo sa kongregasyon nila na "maka-diyos" at "banal" ang pagiging tahimik sa loob ng santuwaryo. Kapag tumangis sa harapan ng Diyos sa pananalangin ang ilang kapatid, iisipin ng ibang miyembro ng kongregasyon na mali ang ginagawa ng mga ito, hinahatulan nilang mga bulaang mananampalataya o erehe ang mga ito. Nangyayari ito dahil hindi nila batid ang Salita at kalooban ng Diyos.

Ang unang mga iglesya, na nakakita ng mga dakilang pagpapahayag ng kapangyarihan ng Diyos at pagpapasigla ng espiritu ay nagbigay ng lugod sa Diyos habang tumatangis sila nang sabay-sabay sa harapan ng Diyos (Ang Mga Gawa 4:24). Kahit ngayon, makakakita tayo ng hindi mabilang na himala at tanda at makakaranas ng malaking pagpapasigla sa mga iglesyang tumatangis sa harapan ng Diyos ng may malakas na boses at nagsasabuhay ng kalooban ng Diyos.

Ang sinasabing "tumangis sa harapan ng Diyos" ay maalab na pananalangin sa Kanya nang may malakas na boses. Sa ganitong klaseng pananalangin, mapupuspos ng Banal na Espiritu ang mga kapatid kay Cristo. At habang itinataboy nito ang mga nanggugulong pwersa ng kaaway na diyablo, tatanggapin nila ang mga kasagutan sa mga panalangin nila at mga espirituwal na kaloob.

Maraming nakasulat sa Biblia tungkol sa mga pagkakataong nanalangin sa Diyos si Jesus at ang mga ama ng pananampalataya nang may malakas na boses, tumanggap sila ng mga kasagutan.

Pag-aralan natin ang ilang halimbawa sa Lumang Tipan.

May isang tagpo sa Exodo 15:22-25 kung saan sinasabing ligtas na nakatawid ang mga Israelita sa Dagat na Pula pagkatapos hawiin at paghiwalayin ni Moises pagkaalis nila mula sa Ehipto. Pero, maliit ang pananampalataya ng mga Israelita, nagreklamo sila kay Moises nang wala silang mainom habang tumatawid sila sa Ilang ng Shur. Nang 'dumaing' si Moises sa Diyos, naging tubig na maiinom ang mapait na tubig ng Mara.

Sa aklat ng Mga Bilang 12, naging ketongin ang kapatid ni Moises na si Miriam nang labanan niya si Moises. Nang ipanalangin siya ni Moises ng may pagtangis, at sinabing, *"Pagalingin Mo siya, O Diyos!"*, pinagaling ito ng Diyos.

Sa 1 Samuel 7:9, mababasa natin, *"Kumuha si Samuel ng isang korderong pasusuhin at inihandog bilang buong handog na susunugin sa PANGINOON. Dumaing si Samuel sa PANGINOON para sa Israel; at ang PANGINOON ay sumagot sa kanya."*

Ang 1 Mga Hari 17 ay tungkol sa balo ng Zarefta na nagpakita ng mabuting pagtanggap sa lingkod ng Diyos na si Elias. Nang magkasakit ang anak nitong lalaki at namatay, nananangis si Elias sa Diyos, *"O Panginoon kong Diyos, idinadalangin ko sa Iyo, pabalikin Mo sa batang ito ang kanyang buhay."* Dininig ng Diyos ang panalangin ni Elias, muling nabuhay ang batang lalaki (1 Mga Hari 17:21-22). Makikita natin dito na kapag narinig ng Diyos ang pagdaing at pagtangis ni Elias, sinasagot Niya ang panalangin ng propeta.

Naligtas din si Jonas na nilunok at nanatili sa loob ng tiyan ng malaking isda dahil sa pagsuway niya sa Diyos. Dumaing at tumangis siya sa Diyos. Sa Jonas 2:2, nanalangin siya, *"Tinawagan ko ang PANGINOON mula sa aking pagdadalamhati, at Siya'y sumagot sa akin; mula sa tiyan ng Sheol ako'y sumigaw, at Iyong dininig ang aking tinig."* Narinig ng Diyos ang pagtangis niya kaya iniligtas siya. Kahit ang situwasyon natin ay napakasama tulad ni Jonas, ibibigay Niya ang mga hinahangad ng puso natin, sasagot Siya, at lulutasin ang mga problema kapag magsisisi tayo sa mga kasalanan natin at dadaing at tatangis sa harapan Niya.

Punung-puno din ang Bagong Tipan ng mga tagpo kung saan dumadaing at tumatangis ang mga tao sa harapan ng Diyos.

Sa Juan 11:43-44, mababasa natin na sumigaw si Jesus at sinabing, *"Lazaro, lumabas ka!"*, at ang taong namatay ay lumabas, na ang mga kamay at paa ay natatalian ng mga telang panlibing, at ang kanyang mukha ay may balot na tela. Walang pagkakaiba kay Lazaro kung sisigaw o bubulong si Jesus sa kanya, pero dumaing at tumangis si Jesus sa Diyos sa malakas na tinig. Binuhay ni Jesus si Lazaro na apat na araw nang patay sa pamamagitan ng panalanging ayon sa kalooban ng Diyos, ipinakita Niya ang kaluwalhatian ng Diyos.

Sa Marcos 10:46-52, mababasa natin ang pagpapagaling sa bulag na pulubing tinawag na Bartimeo:

> "At dumating sila sa Jerico. Habang nililisan Niya ang Jerico, kasama ang Kanyang mga alagad at napakaraming tao, isang pulubing bulag, si Bartimeo, na anak ni Timeo, ang nakaupo sa tabi ng daan. Nang marinig niya na iyon ay si Jesus na taga-Nazaret, nagsimula siyang magsisigaw at magsabi, 'Jesus, Anak ni David, mahabag Ka sa akin!' At sinaway siya ng marami na siya'y tumahimik, ngunit siya'y lalong nagsisigaw, 'Anak ni David, mahabag Ka sa akin!' Tumigil si Jesus at sinabi, 'Tawagin ninyo siya.' Tinawag nila ang lalaking bulag na sinasabi sa kanya, 'Matutuwa ka. Tumayo ka; tinatawag ka Niya.' Pagkahagis sa kanyang balabal, nagmamadali siyang tumayo at lumapit kay Jesus.

Pagkatapos sinabi sa kanya ni Jesus, 'Ano ang ibig mong gawin Ko para sa iyo?' Sinabi ng lalaking bulag, 'Rabboni, ibig kong muling makakita.' Sinabi sa kanya ni Jesus, 'Humayo ka, pinagaling ka ng iyong pananampalataya.' Agad na nagbalik ang kanyang paningin at siya'y sumunod sa Kanya sa daan."

Sa Ang Mga Gawa 7:59-60, habang binabato hanggang sa mamatay bilang martir si Esteban, nanalangin siya sa Panginoon, sinabi niya, *"Panginoong Jesus, tanggapin Mo ang aking espiritu." Siya'y lumuhod at sumigaw ng malakas, "Panginoon, huwag Mo silang papanagutin sa kasalanang ito!"*

Mababasa sa Ang Mga Gawa 4:23-24; 31, *"Pagkatapos na sila'y (Pedro at Juan) mapalaya, pumunta sila sa kanilang mga kasamahan at iniulat ang lahat ng sinabi sa kanilang mga punong pari at ng matatanda. Nang ito'y kanilang marinig, sama-sama silang nagtaas ng kanilang tinig sa Diyos; Pagkatapos nilang manalangin, nayanig ang dakong pinagtitipunan nila at silang lahat ay napuno ng Espiritu Santo, at kanilang ipinahayag na may katapangan ang Salita ng Diyos."*

Kapag dumadaing at nananangis kayo sa harapan ng Diyos pwede kayong maging tumay na saksi ni Jesu-Cristo, maipapakita ninyo ang kapangyarihan ng Banal na Espiritu.

Sinabi ng Diyos sa atin na manalangin ng may pagtangis sa

Kanya kahit nag-aayuno tayo. Kung matutulog tayo dahil sa kapaguran habang nag-aayuno, hindi tayo sasagutin ng Diyos. Nangako ang Diyos sa Isaias 58:9, *"Kung magkagayo'y tatawag ka at ang PANGINOON ay sasagot; ikaw ay dadaing, at Siya'y magsasabi, 'Narito Ako.'"* Ayon sa ipinangako Niya, kapag dumaing tayo habang nag-aayuno, dadating sa atin ang pagpapala at kapangyarihan, magtatagumpay tayo at tatanggapin natin ang mga kasagutan.

Sa talinhaga ng 'Balo at ng Hukom' (Balong Matiyaga), nagtanong si Jesus, *"Hindi ba bibigyan ng Diyos ng katarungan ang kanyang mga pinili na sumisigaw sa Kanya araw at gabi, Kanya bang matitiis sila?"* Sinabi Niya sa atin na tumawag at dumaing sa panalangin (Lucas 18:7).

Kaya tulad ng sinasabi sa atin ni Jesus sa Mateo 5:18, *"Sapagkat katotohanang sinasabi Ko sa inyo, hanggang sa mawala ang langit at lupa, ang isang tuldok o isang kudlit ay hindi mawawala sa kautusan, hanggang sa matupad ang lahat ng mga bagay,"* kapag nanalangin ang mga anak ng Diyos, natural lang na dumaing at tumangis ang mga ito. Iniutos ito ng Diyos. Kung sinasabi ng kautusan na makakakain tayo kung magtatrabaho tayo, tatanggapin natin ang mga sagot ng Diyos kung mananalangin tayo sa Kanya.

Batay sa Mateo 6:6-8, may mga taong magsasabi, "Dapat pa ba tayong dumaing at manalangin sa Diyos kung batid na Niya ang mga pangangailangan natin bago pa natin hilingin ang mga ito?" o "Bakit kayo dadaing at mananangis gayong sinabi ni Jesus na manalangin ng tahimik sa kwarto habang nakasarado ang pintuan?" Pero, wala kayong makikitang mga talata sa Biblia na nagsasabing nananalangin ang mga tao ng patago sa loob ng kanilang mga kwarto.

Ang totoong kahulugan ng Mateo 6:6-8 ay paghihikayat sa atin na manalangin ng buong puso. Pumasok kayo sa loob ng inyong kwarto at isarado ang pintuan. Kung nasa sariling kwarto kayo na nakasarado ang pintuan, hindi ba't walang makakapanggulo sa inyo? Kung walang paraan para guluhin tayo ng ibang tao sa labas ng kwarto natin, sinasabi din ni Jesus sa atin sa Mateo 6:6-8 na kalimutan muna natin ang mga sariling saloobin, mga makamundong saloobin, mga alalahanin, mga pagkabahala, at iba pa, at manalangin ng buong puso.

Bukod dito, ibinahagi ni Jesus ang kwentong ito para malaman ng mga tao na hindi pinapakinggan ni Jesus ang panalangin ng mga Fariseo at mga pari na nananalangin ng pasigaw para mapansin at purihin ng ibang tao. Huwag nating ipagyabang ang dalas at dami ng panalangin natin. Sa halip, ipaglaban natin nang buong puso ang panalangin natin sa Kanya na Siyang sumisiyasat sa puso at isipan natin, sa pinakamakapangyarihan na nakakabatid ng lahat ng kagustuhan at pangangailangan natin, at sa Kanya na Siyang kahulugan ng ating buhay.

Mahirap manalangin ng buong puso kapag tahimik ang pananalangin. Subukan ninyong manalangin sa gabi habang nagninilay at nakapikit ang mga mata. Lalabanan ninyo ang pagod at mga makamundong saloobin sa halip na manalangin. Kapag napagod kayo sa kapipigil ng antok ninyo at mga makamundong saloobin, makakatulog na kayo nang hindi ninyo namamalayan.

Sa halip na manalangin sa isang tahimik na kwarto, *"...Siya ay nagtungo sa bundok upang manalangin at ginugol ang buong magdamag sa pananalangin sa Diyos"* (Lucas 6:12) at "Nang madaling araw, habang madilim pa, pagbangon ni Jesus ay lumabas Siya at nagtungo sa isang ilang na lugar, at doon ay nanalangin" (Marcos 1:35). Sa kanyang bahay, nakabukas ang mga bintana ni Propetang Daniel paharap sa Jerusalem. Nagpatuloy siya sa pagluhod tatlong beses sa isang araw, nanalangin at nagpasalamat sa Diyos (Daniel 6:10). Umakyat si Pedro sa bubungan para manalangin (Ang Mga Gawa 10:9), si Apostol Pablo ay lumabas sa pintuan patungo sa tabing-ilog na sa palagay niya ay may dakong panalanginan at nanalangin siya doon habang nasa Filipos (Ang Mga Gawa 16:13, 16). Nagtakda ng isang lugar panalanginan ang mga taong ito dahil gusto nilang manalangin nang buong puso. Manalangin kayo sa paraang mabubuwag ng panalangin ninyo ang puwersa ng kaaway na diyablo, ang pinuno ng kaharian ng himpapawid, para makarating ito sa trono na nasa langit. Mapupuspos kayo ng Banal na Espiritu, maitataboy ang mga tukso, at matatanggap ninyo ang sagot sa mga problema, maliit man ito o malaki.

3) Dapat may layunin ang panalangin ninyo

May mga taong nagtatanim ng punungkahoy para makakuha ng mahusay na klase na troso, ang iba naman ay para makapagani ng bunga. Mayroon ding mga taong gustong gamitin ang kahoy para pagandahin ang halamanan nila. Kung magtatanim ang isang tao ng punungkahoy nang walang nakaplanong layunin, papabayaan na niya ito bago pa lumaki ang mga usbong, magiging abala na siya sa ibang gawain.

Kung may malinaw na layunin ang isang gawain, ang layuning ito ang magiging pwersa para magkaroon ng mas mabilis at mas mahusay na resulta at katuparan. Kung walang malinaw na layunin, hindi tatagal ang isang gawain kapag nagkaroon ng kahit maliit na problema. Kung walang patutunguhan ang isang gawain, magkakaroon ito ng mga pag-aalinlangan at pagsuko.

Dapat tayong magkaroon ng malinaw na layunin kapag nananalangin tayo sa Diyos. Ipinangako sa atin na tatanggapin natin kahit na anong hilingin natin kung mapanatag tayo sa harapan Niya (1 Juan 3:21-22). At kung malinaw ang layunin ng panalangin natin, mas maalab at masigasig ang pananalangin natin. Kapag nakita ng Diyos na hindi tayo hinahatulan ng ating mga puso, ibibigay Niya ang lahat ng pangangailangan natin. Lagi nating isipin kung ano ang layunin ng panalangin natin, manalangin tayo ng kalugod-lugod sa Diyos.

4) Manalangin kayo ng may pananampalataya

Magkakaiba ang sukat ng pananampalataya ng bawat tao. Ang kasagutang tatanggapin ng bawat isa mula sa Diyos ay ayon sa sukat ng pananampalataya nila. Kapag binuksan ng isang tao ang puso niya at tinanggap si Jesu-Cristo, mananahan ang Banal na Espiritu sa kanya, tatatakan siya ng Diyos bilang anak Niya. Nangyayari ito kung may pananampalataya siyang kasinlaki ng buto ng mustasa.

Habang sinusunod nila ang Araw ng Panginoon, nagpapatuloy sa pananalangin, nagsisikap sundin ang mga utos ng Diyos, at isinasabuhay ang Salita ng Diyos, lalago ang pananampalataya nila. Pero, kapag natukso at nahirapan sila bago naging matatag ang pananampalataya nila, baka magalinlangan sila sa kapangyarihan ng Diyos at manghina ang kalooban. Gayon pa man, kung matatag na ang pananampalataya nila hindi sila manlulupaypay o babagsak, magtitiwala sila sa Diyos at magpapatuloy sa pananalangin. Nakikita ng Diyos ang ganitong klaseng pananampalataya, kikilos Siya para sa ikabubuti ng mga totoong nagmamahal sa Kanya.

Habang naiipon ang mga panalangin nila na may kapangyarihang mula sa langit, lalabanan nila ang mga kasalanan at tutularan nila ang ating Panginoon. Malinaw na sa kanila ang kalooban ng Panginoon kaya susundin nila ito. Ito ang pananampalatayang nakakalugod sa Diyos kaya ibibigay Niya anuman ang hilingin nila. Kapag ganito na ang sukat ng pananampalataya ng mga tao, mararanasan nila ang pangako ng Diyos na nakasulat sa Marcos 16:17-18, na nagsasabing, *"At ang mga tandang ito ay tataglayin ng mga nananampalataya: sa paggamit ng Aking pangalan ay magpapalayas sila ng mga demonyo, magsasalita sila ng mga bagong wika; sila'y hahawak ng mga ahas, at kung makainom sila ng mga bagay na nakakamatay, hindi ito makakasama sa kanila, ipapatong nila ang kanilang kamay sa mga maysakit, at sila'y gagaling."* Ang mga taong may malaking pananampalataya ay tatanggap ng mga kasagutan ayon sa pananampalataya nila. At ang mga taong may maliit na pananampalataya ay tatanggap ng mga kasagutan ayon din sa pananampalataya nila.

May "pananampalatayang makasarili" na nagmumula sa sariling kalooban ng isang tao at may "pananampalatayang nagmumula sa Diyos." Hindi nagkakaisa ang "makasariling pananampalataya" at ang mga gawain ng isang tao. Pero ang "pananampalatayang nagmumula sa Diyos" ay espirituwal, lagi itong may kasamang mga gawa. Sinasabi sa atin ng Biblia na ang pananampalataya ay katiyakan ng mga bagay na inaasahan (Sa Mga Hebreo 11:1), pero walang katiyakan sa "makasariling pananampalataya." Kahit ang pananampalataya ninyo ay sapat para mahati ang Dagat na Pula o makakapagpalipat ng bundok, hindi ninyo matitiyak kung sasagutin kayo ng Diyos kung "makasarili" ang pananampalataya ninyo.

Binibigyan tayo ng Diyos ng "buhay na pananampalataya"

na may kasamang mga gawa kapag, ayon sa pananampalataya natin sa Kanya, susundin, mananalangin, at ipapakita natin ang pananampalatayang ito sa ating mga gawa. Kapag ipinakita natin sa Kanya na may pananampalataya tayo, magsasanib ang pananampalataya natin at ang "buhay na pananampalataya" na ibibigay Niya. Magiging malaking pananampalataya ito kung saan tatanggapin natin ang mga kasagutan ng Diyos na hindi naaantala. Kung minsan, natitiyak ng tao ang mga kasagutan ng Diyos, ito ay pananampalatayang nagmumula sa Kanya, at kung may ganitong klaseng pananampalataya ang isang tao, tinanggap na nila ang mga kasagutan.

Kaya pagtiwalaan natin ang pangako ni Jesus sa Marcos 11:24 ng walang pag-aalinlangan, *"Kaya nga sinasabi Ko sa inyo, ang lahat ng bagay na iyong idalanagin at hingin, paniwalaan ninyong tinanggap na ninyo at iyon ay mapapasainyo."* Manalangin tayo hanggang matiyak nating sasagot ang Diyos, at tatanggapin natin anuman ang hilingin natin sa panalagin (Mateo 21:22).

5) Manalangin ng may pag-ibig

Sinasabi sa atin ng Sa Mga Hebreo 11:6, *"At kung walang pananampalataya ay hindi maaaring kalugdan ng Diyos, sapagkat ang sinumang lumalapit sa Kanya ay dapat sumampalatayang may Diyos at Siya ang tagapagbigay-*

gantimpala sa mga masigasig na humahanap sa Kanya." Kung pinaniniwalaan natin na ang mga panalangin natin ay sasagutin at iniipon bilang mga makalangit na gantimpala para sa atin, hindi tayo mapapagod o mahihirapan sa pananalangin.

Tulad ni Jesus na parang nakipagbuno habang nananalangin para mabigyan ng buhay ang sangkatauhan, masigasig din tayong mananalangin kung mananalangin tayo ng may pagmamahal para sa mga kaluluwa. Kung makakapanalangin tayong may tapat na pag-ibig para sa ibang tao, ang ibig sabihin nito ay nadadama ninyo ang kalagayan nila, ang problema nila ay problema din ninyo, kaya mas maalab ang pananalangin ninyo.

Halimbawa, idinadalangin ninyo ang pagpapatayo ng santuwaryo ng iglesya. Dapat ninyong ipanalangin ito na parang nananalangin kayo para sa pagpapatayo ninyo ng sariling bahay. Kung hihilingin ninyo ang bawat detalye ng bagay na gagamitin sa pagpapatayo ng sariling bahay tulad ng lupa, mga magtatrabaho, mga materyales, at iba pa, ganito rin dapat ang gawin ninyo sa pagpapatayo ng santuwaryo ng iglesya. Kung ipinapanalangin ninyo ang isang taong maysakit, ilagay ninyo ang sarili sa kalagayan niya, buong puso kayong manalangin ng maalab para sa kanya na parang kayo mismo ang may karamdaman.

Palaging lumuluhod si Jesus at nananalangin ng masigasig at maalab, may pagmamahal Siya sa Diyos at sa sangkatauhan, tinutupad Niya ang kalooban ng Diyos. Dahil dito, nagbukas ang daan patungo sa kaligtasan at sinumang tatanggap kay Jesu-Cristo ay mapapatawad mula sa mga kasalanan at tatamasa ng kapangyarihan na nararapat sa kanya bilang anak ng Diyos.

Ayon sa paraan ng pananalangin ni Jesus at mga bagay na kinakailangan para sa panalanging kinalulugdan ng Diyos, suriin natin ang mga puso natin. Manalangin tayo sa paraang nakalulugod sa Diyos para tanggapin natin ang lahat ng hinihiling natin.

Kabanata 4

Upang Hindi Kayo Matukso

At lumapit Siya sa mga alagad,
at sila'y Kanyang naratnang natutulog,
at sinabi Niya kay Pedro,
"Samakatuwid, hindi ninyo kayang makipagpuyat
sa Akin ng isang oras?
Kayo'y maging handa at manalangin,
upang hindi kayo madaig ng tukso.
Ang espiritu ay tunay na nagnanais
subalit ang laman ay mahina."

(Mateo 26:40-41)

1. Pananalangin: Hininga ng Ating Espiritu

Ang Diyos natin ay buhay, Siya ang namamahala sa buhay, kamatayan, kabiguan, pagpapala, pag-ibig, katarungan, at kabutihan ng tao. Ayaw Niyang mahulog sila sa tukso o paghihirap, kundi magkaroon ng buhay na puno ng mga biyaya. Ito ang dahilan kung bakit ipinadala Niya sa atin ang Banal na Espiritu, ang Tagapatnubay, na tutulong sa mga anak Niya na magpaglabanan ang mundo, maitaboy ang kaaway na diyablo, magsulong ng malusog at masayang buhay, at maligtas.

Nangako ang Diyos sa Jeremias 29:11-12, *"Sapagkat nalalaman ko ang Aking mga panukala para sa inyo, sabi ng PANGINOON, mga panukala para sa ikabubuti at hindi sa ikasasama, upang bigyan kayo ng kinabukasan at ng pag-asa. At kayo'y tatawag sa Akin, at kayo'y lalapit at dadalangin sa Akin, at diringgin Ko kayo."*

Manalangin tayo kung gusto nating mabuhay ng may kapayapaan at pag-asa. Kung magpapatuloy tayo sa pananalangin sa buhay natin kay Cristo, hindi tayo matutukso, sasagana ang kaluluwa natin, magiging 'posible' ang 'imposible', magiging maayos ang lahat ng pangyayari sa buhay natin, at tatamasa tayo ng mabuting kalusugan. Pero kung hindi mananalangin ang mga anak ng Diyos, matutukso tayo at haharap sa mga kapahamakan, dahil ang kaaway na diyablo ay umuungal na parang leon at naghahanap ng malalamon.

Ang kahalagahan ng pananalangin sa buhay ng mga anak ng Diyos ay tulad ng paghinga, mamamatay tayo kung hindi natin gagawin ito. Ito ang dahilan kung bakit sinasabi sa atin ng Diyos na manalangin ng walang patid (1 Mga Taga-Tesalonica 5:17), ipinapaalalang kasalanan ang hindi manalangin (1 Samuel 12:23), at itinuturo kung paano mananalangin para hindi tayo matukso (Mateo 26:41).

Nahihirapang manalangin ang mga bagong mananampalatayang katatanggap pa lang kay Jesu-Cristo, hindi pa sila marunong. Muling ipinapanganak ang patay na espiritu natin kapag tinanggap natin si Jesu-Cristo at nakamit ang Banal na Espiritu. Parang sanggol pa lang ang espiritu sa puntong ito; mahirap pang manalangin.

Gayon pa man, kung hindi sila susuko at magpapatuloy sa pananalangin at magpapalakas sa Salita ng Diyos, lalakas ang espiritu nila at ang mga panalangin nila ay magiging makapangyarihan. Matatanto nilang hindi sila mabubuhay kung hindi sila mananalangin, ito ay parang hininga ng tao na nagbibigay ng buhay.

Noong bata pa ako, may laro kaming patagalan sa pagpigil ng paghinga. Dalawang batang nakatayo ng magkaharap ang magkasabay na hihinga ng malalim. Sisigaw ang referee ng, "Handa!" at kapag sumigaw siya ng, "Simula na!", pipigilan ng dalawang batang ito ang paghinga hangga't makakaya nila.

Sa simula, hindi mahirap pigilan ang paghinga. Pero

habang tumatagal, mararamdaman ng mga bata na parang may sumasakal sa kanila at magsisimulang mamula ang mga mukha nila. Sa bandang huli, hindi na nila makakayang pigilan ang hininga, mapipilitan silang huminga. Mamamatay ang isang tao kung hindi siya hihinga.

Katulad nito ang pananalangin. Kapag huminto sa pananalangin ang isang espirituwal na tao, hindi niya agad mapapansin ang pagkakaiba. Pero habang tumatagal, mawawalan siya ng pag-asa at mahihirapan. Kung makikita natin ang espiritu niya, parang nasasakal ito. Kung matatanto niya na nangyayari ito dahil huminto siya sa pananalangin, at muli siyang magsisimulang manalangin, pwede niyang simulan muli ang normal na buhay bilang Cristiano. Pero kung ipagpapatuloy niyang magkasala dahil sa hindi pananalangin, mas lalong magiging kaawaawa at masama ang puso niya. Pagtitiisan niya ang mali at depektibong buhay niya.

Hindi kalooban ng Diyos ang 'pansamantalang paghinto' sa pananalangin. Tulad ng paghugot natin ng hininga pagkatapos nating pigilan ito ng matagal at maibalik sa normal, mas mahirap at mas matagal ang pagbalik sa nakasanayang ugaling mapanalanginin. Kung gaano katagal ang 'pansamantalang paghinto' ganoon din katagal ang pagbalik sa nakasanayang ugaling mapanalanginin.

Hindi napapagod sa pananalangin ang mga taong nakatanto na ang pananalangin ay hininga ng buhay. Kung nakaugalian na nilang manalangin tulad ng paghinga sa halip na mahirapan kapag nananalangin, magiging mas mapayapa sila, puno ng pag-asa, at mas masaya kaysa sa hindi nananalangin. Ito'y sapagkat tumatanggap sila ang mga kasagutan ng Diyos, nagbibigay sila ng luwalhati sa Kanya habang nananalangin sila.

2. Mga Dahilan Kung Bakit Natutukso ang mga Taong Hindi Nananalangin

Nagbigay si Jesus ng halimbawa kung paano mananalangin at sinabi Niya sa mga alagad Niya na magbantay at manalangin para hindi sila mahulog sa tukso (Mateo 26:41). Ibig sabihin, kung hindi tayo magpapatuloy sa pananalangin, matutukso tayo. Bakit natutukso ang taong hindi nananalangin?

Nilikha ng Diyos ang unang nilalang na si Adan, ito ay ginawa Niyang buhay na espiritu. Nakakausap ni Adan ang Diyos na Espiritu. Nang sumuway si Adan sa Diyos at kumain mula sa punungkahoy ng pagkakilala ng mabuti at masama, namatay ang espiritu niya. Naputol ang komunikasyon niya sa Diyos at pinalayas siya mula sa Halamanan ng Eden. Unti-unting nalubog sa kasalanan ang tao, sinunggaban ng kaaway na diyablo, pinuno ng kaharian ng himpapawid, ang pagkakataon na isailalim sa kapangyarihan niya ang tao na walang komunikasyon sa Diyos na Espiritu.

Sapagkat ang kabayaran ng kasalanan ay kamatayan (Mga

Taga-Roma 6:23), ipinahayag ng Diyos ang kalooban Niyang kaligtasan sa pamamagitan ni Jesu-Cristo para sa lahat ng taong nakatakdang mamatay. Nilalagyan ng Diyos ng tatak bilang anak Niya ang sinumang tatanggap kay Jesus bilang Tagapagligtas, ipapahayag na sila ay makasalanan, at magsisisi. Bilang tanda ng katiyakan, ibinibigay ng Diyos sa kanila ang Banal na Espiritu.

Susumbatan ang mundo ng Banal na Espiritu bilang Tagapayo na ipinadala ng Diyos, tungkol sa kasalanan, katuwiran, at kahatulan (Juan 16:8), mamamagitan ng may pagdaing na hindi maipahayag (Mga Taga-Roma 8:26), at tutulong sa atin na mapagtagumpayan ang mundo.

Kailangang-kailangan ang pananalangin para mapuspos tayo ng Banal na Espiritu at tanggapin ang paggabay Niya. Kakausapin Niya tayo, hahaplusin ang puso at damdamin natin, bibigyan tayo ng babala sa darating na tukso, tutulungan tayo kung paano magwawagi laban sa tukso, at sasabihin sa atin kung paano tayo iiwas sa mga tuksong darating sa buhay natin.

Gayon pa man, kung hindi kayo mananalangin, hindi ninyo malalaman kung ano ang kalooban ng Diyos o ang kalooban ng tao. Dahil sa kagustuhang masunod ang makamundong pagnanasa, ang mga taong hindi nakaugaliang manalangin ay mabubuhay ayon sa nakasanayan nilang ugali, susundin nila kung ano ang inaakala nilang tama ayon sa sariling saloobin. Dahil dito, nagkakaroon sila ng mga tukso, paghihirap, at iba't ibang pagdurusa.

Sa Santiago 1:13-15, sinasabi, *"Huwag sabihin ng sinuman kapag siya'y tinutukso, 'Ako'y tinutukso ng Diyos,' sapagkat ang Diyos ay hindi natutukso ng masasama, at hindi rin Siya nanunukso sa sinuman. Ngunit ang bawat tao ay natutukso ng sarili niyang pagnanasa, kapag siya ay nahila at naakit nito; at kapag ang pagnanasang iyon ay naipaglihi, ito ay nanganganak ng kasalanan, at ang kasalanan kapag malaki na ay nagbubunga ng kamatayan.'"*

Sa madaling salita, dumadating ang tukso sa mga taong hindi nananalangin dahil hindi nila nakikilala kung alin ang kalooban ng Diyos sa kalooban ng tao, nahahalina sila ng mga makamundong pagnanasa, nagdurusa sila mula sa kahirapan dahil hindi nila mapagtagumpayan ang mga tukso. Nais ng Diyos na maging kuntento ang mga anak Niya kahit ano pa ang kalagayan nila, malaman ang pakiramdam ng isang taong nangangailangan at ng taong masagana, at matutuhan ang paraan sa pagiging kuntento sa lahat at kahit na anong situwasyon, busog man o nagugutom, sagana man o salat (Filipos 4:11-12).

Pero hindi mapoprotektahan ng Diyos ang isang taong nagpapatuloy sa paggawa ng kasalanan dahil pinagsisimulan ng kasalanan ang mga makamundong pagnanasa. Habang nagkakasala ang mga tao, dadalhin sila ng kaaway na diyablo ng mga tukso at pagdurusa. Nalulungkot ang Diyos sa mga taong nahulog sa tukso at sasabihing Diyos ang tumukso at nagpahirap sa kanila. Ipinapakita nitong nagtatanim sila ng sama ng loob sa Diyos, hindi nagtatagumpay sa tukso ang mga taong tulad nito, at hindi nila hinahayaang kumilos ang Diyos para sa ikabubuti nila.

Kaya iniuutos ng Diyos sa atin na gibain ang mga pangangatuwiran at mga palalong hadlang laban sa karunungan Niya, at bihagin ang bawat pag-iisip upang sundin si Cristo (2 Taga-Corinto 10:15). Pinapaalalahanan Niya tayo sa Mga Taga-Roma 8:6-7, *"Sapagkat ang kaisipan ng laman ay kamatayan; subalit ang kaisipan ng Espiritu ay buhay at kapayapaan. Sapagkat ang kaisipan ng laman ay pagkapoot laban sa Diyos; sapagkat hindi ito nagpapasakop sa kautusan ng Diyos, ni hindi nga maaari."*

Karamihan sa mga impormasyong natutuhan at naitanim sa isipan natin na 'tama' bago natin makilala ang Diyos ay mali ayon sa katotohanan. Makakasunod tayo ng lubos sa kalooban ng Diyos kapag bubuwagin natin ang mga teorya at mga makalaman na saloobin. Bukod dito, kung gusto nating wasakin ang mga pagtatalutalo, at bawat pagkukunwari, at sundin ang katotohanan, dapat tayong manalangin.

Kung minsan, itinutuwid ng mapagmahal na Diyos ang pinakamamahal Niyang mga anak para hindi sila mahulog sa daan patungo sa pagkawasak. Pinapayagan Niya ang mga tukso para makapagsisi sila at iwanan ang mga ugaling nakasanayan nila. Kapag sinuri ng mga tao ang sarili nila at pagsisihan ang mga bagay na mali sa paningin ng Diyos sa kalooban nila, at manatili sa pananalangin, magtiwala sa Kanya na kumikilos para sa ikakabuti ng mga nagmamahal sa Kanya, at nagagalak palagi, makikita ng Diyos ang pananampalataya nila at tiyak na sasagot Siya.

3. Ang Espiritu ay Tunay na Nagnanais, Subalit ang Laman ay Mahina

Noong gabi bago Siya ipako sa krus, nagpunta si Jesus at ang Kanyang mga alagad sa isang lugar na kung tawagin ay Getsemani, puspusan Siyang nanalangin doon. Nang makita Niyang natutulog ang mga alagad Niya, malungkot Niyang sinabi, *"Ang espiritu ay tunay na nagnanais subalit ang laman ay mahina"* (Mateo 26:41).

Sa Biblia, may mga itinutukoy na "laman", "mga bagay na makalaman", "at mga gawa ng laman." Ang "laman" ay kabaliktaran ng "espiritu", itinutukoy nito ang lahat ng bagay na masama at nagbabago. Itinutukoy nito ang lahat ng bagay na nilikha, kasama na ang tao bago ito baguhin ng katotohanan, mga halaman, hayop, at iba pa. Sa kabilang banda, itinutukoy ng "espiritu" ang mga bagay na walang katapusan, totoo, at hindi nagbabago.

Magmula noong sumuway si Adan, lahat ng mga lalaki at babae ay ipinanganak na may minanang makasalanang likas. Ito ang orihinal na kasalanan. Ang "mga kasalanang ginagawa ninyo" ay masasamang bagay na inudyok sa inyo ng kaaway na diyablo. Nagiging "makalaman" ang tao kapag nabahiran ng kasamaan ang katawan niya at humahalo ito sa makasalanang likas niya. Ito ang itinutukoy na "mga anak ng laman" sa Mga Taga-Roma 9:8. Sinasabi sa talata, *"Samakatuwid, ay hindi mga anak sa laman ang mga anak ng Diyos, kundi ang mga anak ng pangako ay siyang itinuturing bilang binhi."* Binabalaan tayo ng Mga Taga-Roma 13:14, *"Kundi isuot ninyo ang Panginoong Jesu-Cristo, at huwag ninyong paglaanan ang laman, upang masunod ang mga pagnanasa nito."*

Ang mga *"kaisipan ng laman"* ay iba't ibang makasalanang katangian tulad ng pandaraya, inggit, selos, at galit (Mga Taga-Roma 8:5-8). Nasa isipan pa lang ang mga ito, pero malamang isagawa din. Kapag isinagawa na ang mga kasalanang ito, tatawagin itong mga *"gawain o gawa ng laman"* (Galacia 5:19-21).

Anong itinutukoy ni Jesus nang sabihin Niyang, "ang laman ay mahina"? Itinutukoy ba Niya ang pisikal na kalagayan ng mga alagad Niya? Bilang mga mangingisda, malalakas at malulusog sina Pedro, Santiago, at Juan. Hindi sana sila nahirapang manatiling gising ng ilang oras pa dahil nakasanayan na nilang magpuyat bilang mga mangingisda. Pero kahit sinabihan sila ni Jesus na manatili at magbantay kasama Niya, hindi nakatagal ang mga alagad, natulog sila. Sumama sila kay Jesus sa Getsemani para makipanalangin, pero ang hangaring ito ay nasa puso lang nila. Nang sabihin sa kanila ni Jesus na "ang laman ay mahina", ang ibig sabihin Niya ay hindi napagtagumpayan ng tatlong alagad ang pagnanasa ng laman na matulog at magpahinga.

    Mahina ang laman ni Pedro, isa sa pinakamamahal na alagad ni Jesus, dahil hindi siya nakipanalangin, kahit hinahangad ito ng espiritu niya. At noong nabihag si Jesus at nagkaroon ng banta sa buhay niya, ikinaila niya ito ng tatlong beses. Ang lahat ng ito ay nangyari bago ipako si Jesus sa krus at bago Siya umakyat sa langit. Matindi ang takot ni Pedro dahil hindi pa niya tinanggap ang Banal na Espiritu. Pero pagkatapos niyang tanggapin ang Banal na Espiritu, bumuhay siya ng patay, nagpakita siya ng iba't ibang mga tanda at himala, at lubos na naging matapang, ipinako siya sa krus ng pabaliktad. Hindi na nakita kay Pedro ang mga kahinaan niya, dahil sa kapangyarihan ng Diyos, naging matapang na alagad si Pedro, walang takot sa kamatayan. Ito ay sapagkat dumanak ang mahalaga, walang bahid, at dalisay na dugo ni Jesus para tubusin tayo sa kasalanan, kahirapan, at kahinaan. Kung nabubuhay tayo sa pananampalataya bilang pagsunod sa Salita ng Diyos, magiging malusog ang katawan at espiritu natin. Magagawa natin ang mga bagay na imposibleng gawin ng tao, lahat ng bagay ay magiging posible para sa atin.

    Kung minsan, sa halip na pagsisihan ang mga kasalanan, may mga nagsasabing, "Mahina ang laman," parang walang mali sa ginagawa nila. Sinasabi nila ito dahil hindi nila batid ang katotohanan. Ipagpalagay nating binigyan ng isang ama ang anak niya ng P1,000.00. Hindi ba nakakatawa at mahirap paniwalaan kung sasabihin ng anak sa ama, "Wala akong pera, ni sampung sentimo"? Nakakalungkot para sa ama kung hindi bibili ng pagkain ang anak niya na may P1,000.00 sa bulsa niya. Kaya hindi tamang sabihin ng mga taong may Banal na Espiritu sa buhay na "mahina ang laman."

Pagkatapos manalangin at tanggapin ang tulong ng Banal na Espiritu, marami na ang dumadalo sa "Magdamag na Pagsamba Tuwing Biyernes." Dati, tulog na sila pagdating ng ika-10:00 ng gabi. Hindi sila napapagod o inaantok. Inihahandog nila ang araw ng Biyernes sa Diyos, puspos ng Banal na Espiritu. Ito'y dahil puspos ng Espiritu, maliwanag ang espirituwal na mga mata, umaapaw ang kaligayahan, hindi napapagod, at magaan ang pakiramdam nila.

Dahil nabubuhay tayo sa panahon ng Banal na Espiritu, hindi dapat tayo pumalya sa pananalangin o magkasala dahil "mahina ang laman." Sa halip, para manatiling gising at nananalangin, tanggapin natin ang tulong ng Banal na Espiritu, iwaksi natin ang mga kaisipan at gawa ng laman at magsulong ng masigasig na buhay kay Cristo sa pamamagitan ng pagsunod sa kalooban ng Diyos para sa atin.

4. Mga Biyaya para sa mga Nananatiling Nakabantay at Nananalangin

Sinasabi sa atin ng 1 Pedro 5:8-9, *"Magpakatino kayo, magbantay kayo. Ang diyablo na inyong kaaway ay tulad ng leong gumagala at umuungal, na humahanap ng kanyang malalapa. Siya'y labanan ninyo, maging matatag sa inyong pananampalataya, yamang inyong nalalaman na ang mga gayong hirap ay nararanasan ng inyong mga kapatid sa buong sanlibutan."* Sa tuwing may pagkakataon sila, sinisikap na hikayatin ng kaaway na diyablo at Satanas, ang pinuno ng kaharian ng himpapawid, ang mga mananampalataya sa Diyos na mapariwara para mapigilan silang magkaroon ng pananampalataya.

Kung nais ng isang taong bunutin ang puno, uugain muna niya ito. Kung malaki at makapal na ang katawan ng puno, at malalim na ang mga ugat nito sa lupa, hahanap na lang ng ibang puno ang taong ito. Kung mas madaling ugain at bunutin ang ibang puno, mas magiging determinado siya sa pag-uga sa punong ito. Tulad nito, kung mananatili tayong matatag, lalayas ang kaaway na diyablo na naghahangad na humikayat sa atin. Kung may makikita siya sa atin na kahinaan, kahit kaunti, magsisikap siyang tuksuhin tayo para mabuwal tayo.

Para makita at mawasak ang mga pakana ng kaaway na diyablo at Satanas at lumakad sa liwanag sa pamamagitan ng pagsunod sa Salita ng Diyos, manalangin tayo ng masigasig para tanggapin ang lakas at kapangyarihan mula sa Diyos. Dahil sa kapangyarihan ng panalangin, natupad ni Jesus, na bugtong na

Anak ng Diyos, ang lahat ng bagay ayon sa kalooban ng Diyos. Bago Niya simulan ang ministeryo Niya sa sangkatauhan, naghanda Siya sa pag-aayuno at pananalangin sa loob ng apatnapung araw at apatnapung gabi. At sa buong tatlong taong ministeryo Niya, naipakita Niya ang pagkilos ng kapangyarihan ng Diyos dahil sa walang patid at patuloy na pananalangin. Sa pagtatapos ng ministeryo Niya sa sangkatauhan, winasak ni Jesus ang kapangyarihan ng kamatayan at nagtagumpay sa pamamagitan ng muling pagkabuhay. Nanalangin Siya ng higit na taimtim at masigasig sa Getsemani. Ito ang dahilan kung bakit hinihimuk tayo ng Panginoon, *"Magpatuloy kayo sa pananalangin, at kayo'y magbantay na may pagpapasalamat"* (Colosas 4:2), at *"Ngunit ang wakas ng lahat ng mga bagay ay malapit na, kaya kayo'y magpakatino at magpigil sa sarili alang-alang sa inyong mga panalangin"* (1 Pedro 4:7). At tinuruan Niya tayo kung paano mananalangin, *"At huwag Mo kaming dalhin sa tukso, kundi iligtas Mo kami sa masama"* (Mateo 6:13). Napakahalaga ng pagpipigil sa sarili para hindi mahulog sa mga tukso. Kung matutukso kayo, ibig sabihin, hindi pa kayo nagtatagumpay, napagod na, at humina ang pananampalataya – lahat ng ito ay hindi kinalulugdan ng Diyos.

Kapag mananatili tayong gising at mananalangin, tuturuan tayo ng Banal na Espiritu kung paano lalakad sa tamang daan, lalaban at iwawaksi ang mga kasalanan. Bukod dito, habang sumasagana ang kaluluwa natin, matutularan ng puso natin ang

Panginoon, magiging maayos ang lahat ng pangyayari sa buhay natin, at bibiyayaan tayo ng mabuting kalusugan.

Ang susi ng maayos na buhay at biyaya ng malusog na katawan at espiritu ay pananalangin. Ipinangako sa atin sa 1 Juan 5:18, *"Alam natin na ang sinumang ipinanganak ng Diyos ay hindi patuloy na nagkakasala; subalit ang ipinanganak ng Diyos ay nag-iingat sa kanyang sarili, at hindi siya ginagalaw ng masama."* Kaya kapag nananatili tayong nakahanda, nananalangin, at lumalakad sa liwanag, ligtas tayo mula sa kaaway na diyablo, kahit mahulog tayo sa tukso, ipapakita ng Diyos sa atin ang paraan para makalayo dito, at sa lahat ng bagay, kikilos Siya para sa ikakabuti ng mga nagmamahal sa Kanya.

Dahil sinabi sa atin ng Diyos na manalangin ng walang patid, dapat tayong maging mga pinagpalang anak Niya na nagsusulong ng buhay kay Cristo, nananatiling nakahanda, itinataboy ang kaaway na diyablo, at tinatanggap ang lahat ng bagay na nais ibigay ng Diyos sa atin.

Sa 1 Mga Taga-Tesalonica 5:23, mababasa natin, *"Pakabanalin nawa kayong lubos mismo ng Diyos ng kapayapaan; at ang inyong espiritu at kaluluwa at katawan ay ingatang buo, na walang kapintasan sa pagdating ng ating Panginoong Jesu-Cristo."*

Nawa'y tanggapin ng bawat isa sa inyo ang tulong ng Banal na Espiritu sa pananatili ninyong nakahanda at pananalangin ng walang patid. Magkaroon nawa kayo ng pusong walang bahid at sala bilang anak ng Diyos. Iwaksi nawa ninyo ang makasalanang likas at linisin ang mga puso sa tulong ng Banal na Espiritu, tamasahin nawa ninyo ang kapangyarihan bilang anak Niya na siyang nagpapasagana ng inyong espiritu, at pinagpapala ng magandang kalusugan. Luwalhatiin nawa ninyo ang Diyos sa lahat ng gagawin ninyo. Sa pangalan ng Panginoong Jesu-Cristo, idinadalangin ko!

Kabanata 5

Ang Panalangin ng Taong Matuwid

Kaya't ipahayag ninyo sa isa't isa
ang inyong mga kasalanan,
at ipanalangin ninyo ang isa't isa
upang kayo'y gumaling.
Ang panalangin ng taong matuwid
ay makapangyarihan at mabisa.
Si Elias ay isang taong may likas na gaya rin ng sa atin,
at siya'y taimtim na nanalangin upang huwag umulan,
at hindi umulan sa lupa sa loob ng
tatlong taon at anim na buwan.
At muli siyang nanalangin, at ang langit ay nagbigay ng ulan,
at ang lupa ay sinibulan ng bunga nito.

(Santiago 5:16-18)

1. Panalanging may Pananampalataya na Magpapagaling ng Maysakit

Kung magbabalik-tanaw tayo sa buhay natin, makikita natin na may mga pagkakataong nanalangin tayo sa gitna ng mga paghihirap, at mga pagkakataong nagpuri at nagalak tayo dahil sa tinanggap nating mga kasagutan mula sa Diyos. May mga pagkakataong nanalangin tayo kasabay ng ibang tao para sa pagpapagaling ng taong minamahal, at mga pagkakataong niluwalhati natin ang Diyos dahil natupad ng pananalangin ang isang bagay na imposibleng gawin ng tao.

Maraming bagay ang naisulat tungkol sa pananampalataya sa Mga Hebreo 11. Sa unang talata, ipinapaalaala sa atin, *"Ngayon, ang pananampalataya ay ang katiyakan sa mga bagay na inaasahan, ang panindigan sa mga bagay na hindi nakikita"*, at *"Kung walang pananampalataya ay hindi maaaring kalugdan ng Diyos, sapagkat ang sinumang lumalapit sa Kanya ay dapat sumasampalatayang may Diyos at Siya ang Tagapagbigay-gantimpala sa mga masigasig na humahanap sa Kanya"* (talata 6).

Dalawang klase ang pananampalataya, "makalaman na pananampalataya" at "espirituwal na pananampalataya." Sa makalaman na pananampalataya, paniniwalaan natin ang Salita ng Diyos kapag ito ay kasundo o katanggap-tanggap ng saloobin natin. Hindi ito magdadala ng pagbabago sa buhay natin. Sa kabilang banda, sa espirituwal na pananampalataya, paniniwalaan natin ng buong-buo ang kapangyarihan ng buhay na Diyos at ng Kanyang Salita kahit hindi ito sumasang-ayon sa mga saloobin at teorya natin. Habang pinaniniwalaan natin ang pagkilos ng Diyos na lumilikha mula sa wala, nakikita natin ang mga pagbabago sa buhay natin at ang mga kataka-takang tanda at himala. Naniniwala tayo na ang lahat ng bagay ay posible para sa mga nananampalataya.

Ito ang dahilan kung bakit sinabi sa atin ni Jesus, *"At ang mga tandang ito ay tataglayin ng mga nananampalataya: sa paggamit ng Aking pangalan ay magpapalayas sila ng mga demonyo, magsasalita sila ng mga bagong wika; sila'y hahawak ng mga ahas, at kung makainom sila ng bagay na nakamamatay, hindi ito makakasama sa kanila, ipapatong nila ang kanilang mga kamay sa mga maysakit, at sila'y gagaling"* (Marcos 16:17-18), *"Ang lahat ng bagay ay maaaring mangyari sa kanya na nananampalataya"* (Marcos 9:23), *"Kaya nga sinasabi ko sa inyo, ang lahat ng bagay na iyong idalangin at hingin, paniwalaan ninyong tinanggap na ninyo at iyon ay mapapasainyo"* (Marcos 11:24).

Paano tayo magkakaroon ng espirituwal na pananampalataya at magkakaroon ng personal na karanasan ng dakilang kapangyarihan ng Diyos? Una sa lahat, isaisip natin ang sinabi ni Apostol Pablo sa 2 Mga Taga-Corinto 10:5, *"Aming ginigiba ang mga pangangatuwiran at bawat palalong hadlang laban sa karunungan ng Diyos, at binibihag ang bawat pag-iisip upang sumunod kay Cristo."* Huwag na nating isiping totoo ang lahat ng kaalamang naipon natin hanggang sa puntong ito. Sa halip, buwagin natin ang bawat saloobin at teorya na lumalaban sa Salita ng Diyos, sundin natin ang katotohanan, ang Salita Niya, at mabuhay tayo ayon dito. Kung bubuwagin natin ang mga makalaman na saloobin at iwawaksi ang mga kasinungalingan sa kalooban natin, mananagana ang kaluluwa natin, magkakaroon tayo ng espirituwal na pananampalataya na tutulong sa atin na manampalataya.

Ang espirituwal na pananampalataya ay sukat ng pananampalataya na ibinibigay ng Diyos sa bawat isa sa atin (Mga Taga-Roma 12:3). Pagkatapos nating marinig ang ebanghelyo at tanggapin si Jesu-Cristo, kasing-liit ng buto ng mustasa ang pananampalataya natin. Habang nagpapatuloy tayo sa kasipagan sa pagdalo sa mga pagsamba, pakikinig ng Salita Niya, at pagkatapos isinasabuhay ito, nagiging matuwid tayo. Bukod dito, habang lumalago ang pananampalataya natin, darating sa atin ang mga tanda na nararapat sa mga nagtitiwala.

Sa pananalangin tungkol sa pagpapagaling ng maysakit, dapat mayroong espirituwal na pananampalataya ang mga nananalangin. Ang senturion na binanggit sa Mateo 8:5-13, na may aliping naparalisa at matindi ang pagdurusa, ay nanampalataya na gagaling ang alipin niya kung sasabihin ni Jesus ang salita, gumaling ang alipin niya noong oras ding iyon.

Bukod dito, kapag nananalangin tayo para sa mga maysakit, dapat tayong maging matapang, agresibo at walang pag-aalinlangan sa pananampalataya natin. Sinasabi sa atin ng Salita ng Diyos, *"Ngunit humingi siyang may pananampalataya na walang pag-aalinlangan, sapagkat ang nag-aalinlangan ay katulad ng alon sa dagat na hinihipan at ipinapadpad ng hangin. Sapagkat ang taong iyon ay hindi dapat mag-akala na siya'y tatanggap ng anumang bagay mula sa Panginoon"* (Santiago 1:6-7).

Nalulugod ang Diyos sa matibay at matatag na pananampalataya na hindi pumaparoo't parito, at kapag nagkaisa tayo sa pag-ibig, at nanalangin para sa maysakit ng may pananampalataya, mas magpapakita ng kapangyarihan ang Diyos. Dahil ang karamdaman ay resulta ng kasalanan, at ang Diyos ay PANGINOON na nagpapagaling (Exodo 15:26), kapag nagpahayag tayo ng mga kasalanan natin at nanalangin para sa isa't isa, patatawarin tayo ng Diyos at pagagalingin Niya tayo.

Kapag nanalangin kayo ng may espirituwal na pananampalataya at espirituwal na pag-ibig, mararanasan ninyo ang dakilang pagkilos ng Diyos, magpapatotoo kayo tungkol sa pag-ibig ng Panginoon, at pupurihin ninyo Siya.

2. Ang Panalangin ng Taong Matuwid ay Makapangyarihan at Mabisa

Ayon sa diksiyunaryo ang taong matuwid ay "siyang sumusunod sa banal o mabuting kautusan; hindi siya makasalanan." Pero sa Mga Taga-Roma 3:10, sinasabi, *"Walang matuwid, wala, wala kahit isa."* At sinasabi ng Diyos, *"Sapagkat hindi ang mga tagapakinig ng kautusan ang siyang ganap sa harapan ng Diyos, kundi ang tumutupad sa kautusan ay aariing-ganap"* (Mga Taga-Roma 2:13), at *"Sapagkat sa pamamagitan ng mga gawa ng kautusan ay 'walang tao na ituturing na ganap sa paningin Niya,' sapagkat sa pamamagitan ng kautusan ay ang pagkilala ng kasalanan"* (Mga Taga-Roma 3:20).

Nagkaroon ng kasalanan sa mundo dahil sa pagsuway ni Adan, ang unang nilalang, at lahat ng tao ay hinatulan dahil sa kasalanan ng isang tao (Mga Taga-Roma 5:12, 18). Subalit ngayon ay ipinahayag ang pagiging matuwid ng Diyos na hiwalay sa kautusan at pinatotohanan ng kautusan at ng mga propeta; ang pagiging matuwid ng Diyos sa pamamagitan ng pananampalataya kay Jesu-Cristo sa lahat ng mga sumasampalataya. Sapagkat walang pagkakaiba, yamang ang lahat ay nagkasala, at hindi nakaabot sa kaluwalhatian ng Diyos (Mga Taga-Roma 3:21-23).

Ang pamantayan ng mundo tungkol sa "pagiging matuwid" ay pabago-bago dahil nakabatay ito sa pamantayan ng bawat henerasyon. Hindi ito pwedeng sabihing tunay na pamantayan ng katuwiran. Dahil hindi nagbabago ang Diyos, pwedeng maging pamantayan ng tunay na pagiging matuwid ang katuwiran Niya.

Mababasa sa Mga Taga-Roma 3:28, *"Sapagkat pinaninindigan natin na ang tao ay itinuturing na ganap sa pananampalataya na hiwalay sa gawa ng kautusan."* Pero hindi natin pinapawalangsaysay ang kautusan sa pamamagitan ng pananampalataya kundi pinagtitibay pa natin ang kautusan (Mga Taga-Roma 3:31).

Kung pinawalang-sala tayo ng pananampalataya, dapat maging banal tayo, malaya sa kasalanan, at mga alipin ng Diyos. Sikapin nating maging totoong matuwid, iwaksi ang lahat ng kasinungalingan na lumalabag sa Salita ng Diyos, at mabuhay ayon sa Salita Niya, ang siya mismong katotohanan.

Sinasabi ng Diyos na 'matuwid' ang isang tao kung ang pananampalataya nito ay may kasamang gawa, nagsisikap araw at gabi na mabuhay ayon sa Salita Niya, at nagpapahayag ng kapangyarihan Niya bilang sagot sa mga panalangin nila. Paano sasagutin ng Diyos ang isang taong dumadalo sa iglesya, pero may pader ng kasalanan sa pagitan nila dahil sa pagsuway nito sa mga magulang niya, mga hindi pagkakaunawaan sa mga kapatid niya, at paggawa ng mga kasalanan?

Ginagawa ng Diyos ang panalangin ng isang taong matuwid – sumusunod at nabubuhay ayon sa Salita ng Diyos, at nagpapakita ng pruweba ng pag-ibig niya para sa Diyos – na makapangyarihan at mabisa sa pagbibigay Niya dito ng lakas ng pananalangin.

Sa Lucas 18:1-18, mababasa natin ang talinhaga ng Balo at ng Hukom (Ang Matiyagang Balo). Tungkol ito sa isang balong babae at ang kasong idinudulog niya sa hukom na walang takot sa Diyos at walang respeto sa kapwa. Kahit ganito ang ugali ng hukom, tinulungan din niya sa bandang huli ang balo. Sinabi ng hukom, *"Bagaman ako'y hindi natatakot sa Diyos, at hindi gumagalang sa tao, subalit dahil ginagambala ako ng balong ito, bibigyan ko siya ng katarungan. Kung hindi ay magsasawa ako sa kanyang patuloy na pagpunta rito."*

Sa pagtatapos ng talinhagang ito, sinabi ni Jesus, *"Pakinggan ninyo ang sinabi ng masamang hukom. At hindi ba bibigyan ng Diyos ng katarungan ang Kanyang mga pinili na sumisigaw sa Kanya araw at gabi, Kanya bang matitiis sila? Sinasabi ko sa inyo, mabilis Niyang bibigyan sila ng katarungan. Gayunman, pagparito ng Anak ng Tao, makakatagpo kaya Siya ng pananampalataya sa lupa?"* (Lucas 18:6-8)

Gayon pa man, kung titingnan natin ang mga tao sa paligid, maraming nagsasabing mga anak sila ng Diyos, nananalangin sila araw at gabi, at madalas mag-ayuno. Pero hindi nila tinatanggap ang mga kasagutan Niya. Dapat matanto ng mga taong ito na hindi sila matuwid sa mata ng Diyos.

Sinasabi sa atin ng Filipos 4:6-7, *"Huwag kayong mabalisa sa anumang bagay; kundi sa lahat ng mga bagay, sa pamamagitan ng panalangin, at pagsamo ng may pagpapasalamat ay ipaalam ninyo ang inyong mga kahilingan sa Diyos. At ang kapayapaan ng Diyos, na hindi maaabot ng pag-iisip, ang mag-iingat ng inyong mga puso at mga pag-iisip kay Cristo Jesus."* Magkakaiba ang antas ng pagtanggap ng mga sagot ng Diyos, depende ito kung gaano 'katuwid' sa mata ng Diyos at kung gaano nananalangin ng may pananampalataya at pag-ibig ang isang tao. Kapag nakaabot na siya sa mga katangian ng matuwid na tao at patuloy na nananalangin, mabilis niyang tatanggapin ang kasagutan mula sa Diyos, luluwalhatiin niya ang Diyos. Kaya napakahalaga para sa isang tao na buwagin ang pader ng kasalanan sa pagitan nila ng Diyos, magkaroon ng mga katangiang masasabing 'matuwid' sa mata ng Diyos, at manalangin ng masigasig at may pananampalataya at pag-ibig.

3. Kaloob at Kapangyarihan

Ang "kaloob" ay mga handog na ipinamamahagi ng Diyos, tumutukoy ito sa espesyal na pagkilos ng Diyos ayon sa pag-ibig Niya. Habang nananalangin ang isang tao, mas lalo niyang hinahangad at hinihiling ang kaloob ng Diyos. Pero kung minsan, humihiling siya ng kaloob dahil sa madayang pagnanasa niya. Magdadala sa kanya ito ng pagkawasak dahil mali ito sa mata ng Diyos. Dapat maging maingat tayo tungkol sa bagay na ito.

Sa Ang Mga Gawa 8, may isang salamangkerong tinawag na Simon na nang marinig ang ebanghelyo mula kay Felipe ay sumama dito saan man ito pumunta. Namangha siya sa mga dakilang tanda at himalang nakita niya (talata 9-13). Nang makita ni Simon na tinanggap ng mga tao roon ang Banal na Espiritu nang ipatong nila Pedro at Juan ang mga kamay nila sa mga ito, inalok niya ng pera ang mga apostol at sinabi, *"Bigyan din ninyo ako ng kapangyarihang ito, upang sinumang patungan ko ng aking mga kamay ay tumanggap ng Espiritu Santo"* (talata 17-19). Ngunit sinabi sa kanya ni Pedro, *"Ang iyong salapi'y mapahamak na kasama mo, sapagkat inakala mong makukuha mo ang kaloob ng Diyos sa pamamagitan ng salapi! Wala kang bahagi ni karapatan man sa bagay na ito, sapagkat ang puso mo'y hindi matuwid sa harapan ng Diyos. Kaya't pagsisihan mo ang kasamaan mong ito. Manalangin ka sa Panginoon at baka sakaling ipatawad sa iyo ang hangarin ng iyong puso. Sapagkat nakikita kong ikaw ay nasa apdo ng kapaitan at nasa gapos ng kasamaan"* (talata 20-23).

Dahil ang mga kaloob ay ibinibigay sa mga nagpapakilala sa buhay na Diyos at nagliligtas ng sangkatauhan, dapat ipinapakita ito sa ilalim ng pamamahala ng Banal na Espiritu. Kaya bago hilingin ang mga kaloob mula sa Diyos, pagsikapan muna nating maging matuwid sa harapan Niya.

Kapag naging maayos na ang lahat sa kaluluwa natin, at nahubog na natin ang sarili bilang mga instrumentong pwedeng gamitin ng Diyos, papayagan na Niya tayong humiling ng kaloob na may inspirasyon mula sa Banal na Espiritu, ibibigay Niya ang kaloob na hiniling natin.

Batid natin na ang mga ninuno natin sa pananampalataya ay ginamit ng Diyos para sa iba't ibang layunin. May mga nagpakita ng mga dakilang kapangyarihan ng Diyos, ang iba naman ay nagpropesiya, hindi sila nagpakita ng kapangyarihan ng Diyos, at ang iba naman ay nagturo sa mga tao. Habang nagiging ganap ang pananampalataya at pag-ibig nila, binibigyan sila ng Diyos ng mas malaking kapangyarihan, at pinapayagan silang magpakita ng mas dakilang pagkilos.

Noong prinsipe ng Ehipto si Moises, mainitin ang ulo niya at pabigla-bigla siya. Pinatay niya ang isang Ehipcio na nakita niyang bumubugbog sa kababayan niyang Israelita (Exodo 2:12). Pero pagkatapos ng maraming pagsubok, naging mapagpakumbaba siya ng mas higit pa kaysa kaninoman dito sa mundo. Pagkatapos, tumanggap siya ng malaking kapangyarihan. Inilabas niya ang mga Israelita mula sa Ehipto sa pamamagitan ng pagpapakita niya ng iba't ibang mga tanda at himala (Mga Bilang 12:3).

Batid din natin ang tungkol sa panalangin ni Propetang Elias na nakasulat sa Santiago 5:17-18, *"Si Elias ay isang taong may likas na gaya rin ng sa atin, at siya'y taimtim na nanalangin* upang huwag umulan, at hindi umulan sa lupa sa loob ng tatlong taon at anim na buwan. *At muli siyang nanalangin, at ang langit ay nagbigay ng ulan, at ang lupa ay sinibulan ng bunga nito."*

Tulad ng nakita natin at sinabi ng Biblia sa atin, ang panalangin ng matuwid na tao ay makapangyarihan at mabisa. Ang kalakasan at kapangyarihan ng matuwid na tao ay naiiba. Kung may panalanging hindi binibigyan ng Diyos ng kasagutan kahit nanalangin ang isang tao ng napakahaba at napakaraming oras, may panalangin ding makapangyarihan, pinabababa nito ang mga kasagutan ng Diyos at nagpapakita ng kapangyarihan Niya. Nalulugod ang Diyos sa pagtanggap ng panalanging may pananampalataya, pag-ibig, at sakripisyo. Nais niyang luwalhatiin Siya ng mga tao sa pamamagitan ng iba't ibang kaloob at kapangyarihang ibinibigay Niya.

Gayon pa man, hindi tayo dating matuwid. Magiging matuwid lang tayo kung tatanggapin natin si Jesu-Cristo sa pamamagitan ng pananampalataya. Magiging matuwid tayo kung makikita natin ang mga kasalanan natin sa pakikinig ng Salita Niya, pagwawaksi ng kasalanan, at pagkakaroon ng masaganang kaluluwa. Bukod dito, dahil magiging matuwid tayo kung mabubuhay at lalakad tayo sa liwanag at katuwiran, dapat baguhin ng Diyos bawat araw ang mga buhay natin, para masabi din natin, tulad ni Apostol Pablo, *"Ako'y namamatay araw-araw!"* (1 Mga Taga-Corinto 15:31)

Hinihikayat ko ang bawat isa sa inyo na magbalik-tanaw sa naging buhay ninyo noon hanggang sa puntong ito, para makita ninyo kung mayroong pader na nakaharang sa daanan ninyo patungo sa Diyos, at kung mayroon man, gibain agad ninyo ito.

Sumunod nawa ang bawat isa sa inyo ng may pananampalataya, sakripisyong pag-ibig, at manalangin bilang matuwid na tao, para tawagin kayong matuwid, tanggapin ang mga biyaya Niya sa lahat ng bagay na gagawin ninyo, at luwalhatiin ang Diyos nang walang pasubali, sa pangalan ng Panginoon, idinadalangin ko!

Kabanata 6

Ang Dakilang Kapangyarihan ng
Nagkakaisa sa Pananalangin

Sinasabi ko rin naman sa inyo,
na kapag nagkasundo ang dalawa sa inyo
sa lupa tungkol sa anumang bagay na kanilang
hinihiling ay gagawin para sa kanila
ng Aking Ama na nasa Langit.
Sapagkat kung saan nagkakatipon
ang dalawa o tatlo sa Aking pangalan,
ay naroon Ako sa gitna nila.

(Mateo 18:19-20)

1. Nalulugod ang Diyos sa Pagtanggap ng mga Panalanging Nagkakaisa

May isang salawikain sa Korea na nagsasabing, "Mas mabuting magtulungan sa pagbuhat kahit kapirasong papel lang ang bubuhatin." Sa halip na mag-isa at subukang gawin ang lahat ng bagay ng walang katulong, itinuturo ng salawikaing ito na mas magiging mahusay ang trabaho at mas magandang resulta ang mangyayari kapag dalawa o mas marami pa ang magtutulong-tulong. Mabuting halimbawa din dito ang buhay Cristiano na nakatuon sa pag-ibig sa kapwa at sa buong komunidad ng iglesya.

Sinasabi sa atin ng Eclesiastes 4:9-12, *"Ang dalawa ay mas mabuti kaysa isa; sapagkat sila'y may mabuting gantimpala sa kanilang pagpapagod. Sapagkat kung sila'y bumagsak, ibabangon ng isa ang kanyang kasama; ngunit kahabag-habag siya na nag-iisa kapag siya'y bumagsak; at walang iba na magbabangon sa kanya. Muli, kung ang dalawa ay mahigang magkasama, may init nga sila; ngunit paanong maiinitan ang nag-iisa? At bagaman ang isang tao ay maaaring magtagumpay laban sa iba, ang dalawa ay magtatagumpay laban sa isa. Ang panaling may tatlong pisi ay hindi agad mapapatid."* Itinuturo ng mga talatang ito na kung magkakaisa at magtutulungan ang mga tao, magkakaroon ng mas malaking kapangyarihan at kagalakan.

May sinasabi rin tungkol dito ang Mateo 18:19-20, sinasabi

dito kung gaano kahalagang magtulungan at magkaisa sa pananalangin ang mga mananampalataya. May mga "panalanging pang-sarili", kung saan idinadalangin ng isang tao ang mga personal na problema niya nang nag-iisa o kaya, nananalangin siya habang nagninilay sa Salita, at mayroon ding "panalanging nagkakaisa", kung saan isang grupo ang nananalangin at nananangis na harapan ng Diyos.

    Sinabi ni Jesus, "kapag nagkasundo ang dalawa sa inyo sa lupa" at "sapagkat kung saan nagkakatipon ang dalawa o tatlo sa Aking pangalan," ang panalanging nagkakaisa ay tumutukoy sa panalangin ng maraming tao na may iisang diwa o layunin. Sinasabi sa atin ng Diyos na nalulugod Siya sa pagtanggap ng panalanging nagkakaisa at nangako Siya na gagawin Niya kahit na anong hilingin natin sa Kanya at naroon Siya kapag may dalawa o tatlong nagkakatipon sa pangalan ng Panginoon.

    Paano natin luluwalhatiin ang Diyos sa mga kasagutang tinatanggap natin mula sa Kanya sa nagkakaisang pananalangin natin sa tahanan, sa iglesya, at sa maliliit na grupo? Pag-aralan natin ang kahalagahan at mga paraan ng pananalanging nagkakaisa, gamitin natin ang kapangyarihan nito para tanggapin mula sa Diyos ang lahat ng bagay na idinadalangin natin para sa kaharian, katuwiran, at sa iglesya, na magbibigay ng malaking kaluwalhatian sa Kanya.

2. Ang Kahalagahan ng Panalanging Nagkakaisa

Sa unang talata na basehan ng kabanatang ito, sinasabi sa atin ni Jesus, *"Sinasabi ko rin naman sa inyo, na kapag nagkasundo ang dalawa sa inyo sa lupa tungkol sa anumang bagay na kanilang hinihiling ay gagawin para sa kanila ng Aking Ama na nasa Langit"* (Mateo 18:19). May makikita tayo ditong kakaiba. Sa halip na tukuyin ang panalangin ng "isang tao", "tatlong tao", o "dalawa o higit pang mga tao", sinabi ni Jesus, "kapag nagkasundo ang dalawa sa inyo sa lupa tungkol sa anumang bagay na kanilang hinihiling", bakit tinukoy Niya ang "dalawa sa inyo"?

Ang "dalawa sa inyo" ay tumutukoy sa "ako" (bawat isa sa atin) at ang "ibang tao." Sa madaling salita, pwedeng tukuyin ng "dalawa sa inyo" ang isang tao, sampung tao, isandaang tao, o isang libong tao, kabilang ang sarili ninyo.

Ano ang espirituwal na kahulugan ng "dalawa sa inyo"? Bawat isa sa atin ay mayroong "sarili", at sa puso natin ay nananahan ang Banal na Espiritu na may sariling mga katangian. Mababasa sa Mga Taga-Roma 8:26, *"At gayundin naman, ang Espiritu ay tumutulong sa ating kahinaan; sapagkat hindi tayo marunong manalangin nang nararapat; ngunit ang Espiritu mismo ang namamagitan na may mga daing na hindi maipahayag."* Ginagawang templo ng Banal na Espiritu ang puso natin, dito Siya nananahan at namamagitan Siya para sa atin.

Tatanggapin natin ang kapangyarihan bilang mga anak ng

Diyos kapag nagtiwala tayo sa Kanya at tanggapin si Jesus bilang Tagapagligtas. Dadating ang Banal na Espiritu para buhayin ang namatay na espiritu dahil sa orihinal na kasalanan. Kaya sa bawat isang anak ng Diyos, naroon ang puso niya at ang Banal na Espiritu na may sariling katangian.

Ang kahulugan ng "dalawa sa inyo sa lupa" ay panalangin natin at ang panalangin ng espiritu natin na siyang pagsusumamo ng Banal na Espiritu (1 Mga Taga-Corinto 14:15; Mga Taga-Roma 8:26). Kapag sinabing, "kapag nagkasundo ang dalawa sa inyo sa lupa tungkol sa anumang bagay na kanilang hinihiling" ang ibig sabihin nito ay nagkakaisa ang dalawang panalangin na iniaalay sa Diyos. Bukod dito, kapag nakiisa ang Banal na Espiritu sa pananalangin ng isang tao o kaya dalawa o higit pa sa panalangin nila, ito ay para sa 'dalawa sa inyo sa lupa' na nagkakaisa sa kahit na anong hinihiling ninyo.

Sa pamamagitan ng pagsasaisip ng kahalagahan ng pagkakaisa sa mga bagay na ipinapanalangin, dapat nating maranasan ang katuparan ng pangako ng Diyos, *"Sinasabi ko rin naman sa inyo, na kapag nagkasundo ang dalawa sa inyo sa lupa tungkol sa anumang bagay na kanilang hinihiling ay gagawin para sa kanila ng Aking Ama na nasa Langit"* (Mateo 18:19).

3. Mga Paraan Kung Paano Magkakaisa sa Pananalangin

Malugod na tinatanggap ng Diyos ang pananalanging nagkakaisa, mabilis ang pagsagot Niya sa ganitong klaseng panalangin, nagpapakita Siya ng mga makapangyarihang pagkilos dahil nagkakaisa ang damdamin ng mga taong nananalangin.

Magiging bukal ito ng umaapaw na kaligayahan, kapayapaan, at walang katapusang kaluwalhatian para sa Diyos kung ang Banal na Espiritu at bawat isa sa atin ay mananalangin nang nagkakaisa ang damdamin. Mapapababa natin ang 'nag-aapoy na kasagutan', at walang makakapigil na patotoo tungkol sa Diyos na buhay. Pero hindi madaling magkaroon ng "iisang damdamin" at may malaking implikasyon ang pagkakaisa ng damdamin.

Ipagpalagay nating may dalawang amo ang isang lingkod. Hindi ba mahahati ang katapatan at paglilingkod niya? Mas magiging malala pa ang problema kung ang dalawang amo ng lingkod na ito ay magkaiba ang pagkatao at mga bagay na nagugustuhan.

Isa pang halimbawa, sabihin nating may dalawang taong nagplano para sa isang okasyon. Pero kung hindi sila magkakaisa at mananatiling magkaiba ang opinyon, tiyak na magiging magulo ang planong ito. Bukod dito, kung ginawa ng dalawang taong ito ang dapat nilang gawin na may dalawang magkaibang layunin sa kalooban, maaaring sa paningin ng iba, maayos ang plano, pero mahahalata rin na hindi naman pala. Kaya, ang pakikipag-isa sa pananalangin, nananalangin man kayong mag-isa, o may kasamang isa pa, o dalawa o mas marami pa, ay ang susi para tanggapin ang mga kasagutan ng Diyos.

Paano tayo magkakaisa sa panalangin?

Ang mga taong nagkakaisa sa panalangin ay dapat mayroong inspirasyon ng Banal na Espiritu, mabihag ng Banal na Espiritu, makipag-isa sa Banal na Espiritu, at manalangin sa Banal na Espiritu (Efeso 6:18). Taglay ng Banal na Espiritu ang pag-iisip ng Diyos, sinisiyasat Niya ang lahat ng bagay, pati ang kalaliman ng Diyos (1 Mga Taga-Corinto 2:10), at namamagitan Siya para sa atin ayon sa kalooban ng Diyos (Mga Taga-Roma 8:27). Kapag nanalangin tayo sa paraang itinuturo ng Banal na Espiritu, nalulugod ang Diyos sa pagtanggap ng panalangin natin, ibibigay Niya lahat ng ating kahilingan, at sasagutin din pati ang mga hinahangad ng puso natin.

Para manalangin na puspos ng Banal na Espiritu, magtiwala tayo sa Salita ng Diyos nang walang pag-aalinlangan, sumunod tayo ayon sa katotohanan, magalak palagi, manalangin ng walang patid, at magpasalamat sa lahat ng pagkakataon. Dapat tayong tumawag sa Diyos ng buong puso. Kapag nagpakita tayo sa Diyos ng pananampalataya na may kasamang gawa at manalangin ng maalab at masigasig, malulugod ang Diyos, bibigyan Niya tayo ng kagalakan sa pamamagitan ng Banal na Espiritu. Ito ang tinatawag na 'puspos ng Banal na Espiritu' o 'may inspirasyon mula sa Banal na Espiritu'.

Hindi pa tumatanggap ng kapangyarihan sa panalangin ang mga bagong mananampalataya o mga hindi pa nasasanay sa pananalangin kaya nahihirapan at napapagod silang makipag-isa sa panalangin. Kung susubukan nilang manalangin sa loob ng isang oras, nag-iisip sila ng iba't ibang paksa na idadalangin, pero hindi pa rin umaabot sa isang oras ang pananalangin nila. Napapagod sila at nanghihina, hinihintay nilang matapos ang oras, at kung anu-ano na lang ang sinasabi. Ang tawag sa ganitong panalangin ay "panalangin ng kaluluwa", hindi ito sasagutin ng Diyos.

Para sa karamihan, kahit mahigit sa isang dekada na silang dumadalo sa iglesya, "panalangin ng kaluluwa" pa rin ang panalangin nila. Karamihan sa kanila ay nagrereklamo at nanlulupaypay dahil hindi sumasagot ang Diyos. Ang dahilan nito ay sapagkat ang panalangin nila ay panalangin ng kaluluwa, hindi ito sinasagot ng Diyos. Hindi naman ito nangangahulugang hindi pinapakinggan ng Diyos ang panalangin nila. Nakikinig Siya, hindi lang Siya sumasagot.

Baka may mga magtanong, "Ang ibig sabihin ba nito walang silbi ang mga panalangin dahil walang inspirasyon mula sa Banal na Espiritu?" Hindi ito ang sinasabi. Kahit nasa isipan lang ang panalangin, kung masigasig naman sila sa pagtawag sa Diyos, magbubukas ang pintuan ng panalangin at tatanggapin nila ang kapangyarihan ng panalangin, makakapanalangin na sila sa espiritu. Kung hindi mananalangin, hindi magbubukas ang pintuan ng panalangin. Pinapakinggan ng Diyos pati ang mga dalangin ng kaluluwa, sa sandaling magbukas ang pintuan ng panalangin, makikipag-isa na kayo sa Banal na Espiritu, makakapanalangin kayo ng may inspirasyon mula sa Kanya, at tatanggapin ninyo ang mga kasagutan na dati pa ninyong hiniling.

Ipagpalagay nating may isang anak na lalaki na hindi kinalulugdan ng tatay niya. Dahil hindi nalulugod ang tatay niya sa mga ginagawa niya, wala siyang tinatanggap na sagot sa mga hinihiling niya dito. Pero isang araw, nagsimulang magbigay lugod ang anak sa tatay niya sa mga gawa niya. At nakita ng tatay na gusto ng anak na malugod siya. Ano ngayon ang gagawin ng tatay sa anak niya? May pagbabago sa relasyon nila sa isa't isa, hindi na ito katulad ng dati. Gusto na ngayong ibigay ng tatay kung anong hilingin ng anak niya, tatanggapin din niya pati ang mga hiniling niya noon.

Tulad ng kwentong ito, kahit ang panalangin natin ay nasa isipan lang natin, kapag naipon ito, tatanggapin natin ang kapangyarihan ng panalangin, makakapanalangin tayo sa paraang magbibigay ng lugod sa Diyos habang bumubukas ang pintuan ng panalangin para sa inyo. Tatanggapin din natin ang mga bagay na hiniling natin sa Diyos noon. Matatanto natin na wala Siyang binalewala kahit isang kaliit-liitang bagay na idinalangin natin.

Bukod dito, kapag nanalangin tayo sa espiritu na puspos ng Banal na Espiritu, hindi tayo mapapagod o magaantok. Hindi rin tayo mag-iisip ng mga makamundong bagay kundi mananalangin ng may pananampalataya at may kagalakan. Ito ang paraan kung paano mananalangin ang isang grupo ng may pagkakaisa, nananalangin sila sa espiritu at pag-ibig, nagkakaisa ang pag-iisip at kalooban.

Mababasa natin sa pangalawang talata na basehan ng kabanatang ito, *"Sapagkat kung saan nagkakatipon ang dalawa o tatlo sa Aking pangalan, ay naroon Ako sa gitna nila"* (Mateo 18:20). Kapag nagtitipon ang mga tao para manalangin sa pangalan ni Jesu-Cristo, nagkakaisa sa pananalangin ang mga anak ng Diyos na tumanggap ng Banal na Espiritu. Tiyak na naroon din sa gitna nila ang Panginoon. Sa madaling salita, kapag nagsama-sama ang mga taong tumanggap ng Banal na Espiritu para magkaisa sa pananalangin, pamamahalaan ng Panginoon ang isipan ng bawat isa sa kanila, pagkakaisahin Niya sila sa Banal na Espiritu, at gagabayan sila para magkaisa ang isipan para magbigay lugod sa Diyos ang panalangin nila.

Gayon pa man, kung hindi pwedeng magsama-sama at magkaisa ng kalooban ang mga tao sa isang grupo, hindi sila pwedeng magkaisa sa pananalangin. Hindi makakapanalangin ng taos-puso ang bawat isa sa kanila kahit iisa ang layunin nila dahil may isa o dalawa sa grupo na hindi nakikipag-isa. Kung hindi nagkakaisa ang mga taong dumalo, mas mabuting manguna ang lider sa pagpupuri at pagsisisi para makipag-isa sa Banal na Espiritu ang mga puso ng mga ito.

Sasamahan ng Panginoon natin ang mga taong nananalangin kapag nakipag-isa sila sa Banal na Espiritu, habang ginagabayan Niya ang puso ng bawat isa sa kanila. Kapag hindi nagkakaisa ang panalangin nila, hindi pwedeng sumama ang Panginoon sa kanila.

Kapag nakipag-isa sa Banal na Espiritu at nagkaisa sa pananalangin ang mga tao, lahat sila ay taos-pusong mananalangin, mapupuspos sila ng Banal na Espiritu, pagpapawisan, at makakatiyak na sasagutin sila ng Diyos habang nababalutan sila ng kagalakan mula sa langit. Sasamahan ng Diyos ang mga taong nananalangin sa ganitong paraan, at ganitong klaseng panalangin ang nagbibigay sa Diyos ng kaluguran.

Sa nagkakaisang pananalangin na puspos ng Banal na Espiritu at nagmumula sa puso, umaasa ako na tatanggapin ng bawat isa sa inyo ang lahat ng inyong hinihiling. Nawa ay luwalhatiin ninyo ang Diyos kapag nagsasama-sama kayo ng inyong maliliit na grupo (cell group), sa bahay man o sa iglesya.

Ang Dakilang Kapangyarihan ng Nagkakaisa sa Pananalangin

Isa sa kabutihan o benepisyo ng nagkakaisa sa pananalangin ay ang bilis ng pagtanggap ng mga tao ng kasagutan mula sa Diyos at ang klase ng kapangyarihang ipinapakita Niya. Bilang halimbawa, may malaking kaibahan ang 30 minutong panalangin ng isang taong may isang kahilingan kaysa sa 30 minutong panalangin ng 10 taong may magkakaparehong kahilingan. Kapag nagkaisa ang mga tao sa pananalangin at malugod na tinanggap ng Diyos ang panalangin nila, mararanasan ng mga taong ito ang hindi maikakailang pagpapakita ng kapangyarihan ng Diyos at ang dakilang kapangyarihan ng panalangin nila.

Sa Ang Mga Gawa 1:12-15, mababasa natin na pagkatapos muling mabuhay at umakyat sa langit ng Panginoon, palaging nagsasama-sama ang isang grupo ng mga tao, kabilang ang mga alagad, para manalangin. Ang bilang ng mga tao sa grupong iyon ay isandaan at dalawampu. Dahil maalab ang pag-asa nila na tatanggapin ang Banal na Espiritu na ipinangako ni Jesus sa kanila, ang mga taong ito ay nagsama-sama at nanalangin ng may pagkakaisa hanggang dumating ang araw ng Pentecostes.

Nang dumating ang araw ng Pentecostes, silang lahat ay nagkakatipon sa isang lugar. Biglang dumating mula sa langit ang isang ugong na gaya ng isang humahagibis na hanging malakas, at pinuno nito ang buong bahay kung saan sila'y nakaupo. Sa kanila'y may nagpakitang parang mga dilang apoy na nahahati at lumalapag sa bawat isa sa kanila. Silang lahat ay napuspos ng Espiritu Santo, at nagsimulang magsalita ng iba't ibang wika, ayon sa ipinagkaloob sa kanila ng Espiritu (Ang Mga Gawa 2:1-4).

Hindi ba kamangha-mangha ang kapangyarihan ng Diyos? Habang nagkakaisa sila sa pananalangin, tinanggap ng bawat isa sa isandaan at dalawampung naroon ang Banal na Espiritu, at nagsimula silang magsalita ng iba't ibang wika. Tumanggap din ng dakilang kapangyarihan ang mga apostol mula sa Diyos. Umabot hanggang tatlong libong tao ang tumanggap kay Jesu-Cristo at bininyagagan dahil sa mensaheng dinala ni Pedro (Ang Mga Gawa 2:41). Habang ipinapakita ng mga apostol ang lahat ng klaseng himala at kamangha-manghang mga tanda, parami ng parami ang mga mananampalataya bawat araw. Nagsimula ring magbago ang mga buhay nila (Ang Mga Gawa 2:43-47).

Nang makita nila ang katapangan nina Pedro at Juan, at nang malamang sila'y mga taong walang pinag-aralan at mga karaniwan lamang, ay namangha sila at kanilang nakilala na sila'y mga kasama ni Jesus. At yamang nakikita nila ang taong pinagaling na nakatayong kasama nila ay wala silang masabing pagtutol (Ang Mga Gawa 4:13-14).

Sa pamamagitan ng mga apostol ay ginawa ang maraming tanda at kababalaghan sa gitna ng mga tao.

Naroon silang lahat sa portiko ni Solomon. Sinuman sa kanila ay di nangahas na makisama sa kanila subalit sila'y itinaas ng mga tao. Lalo pang maraming mananampalatayang lalaki at babae ang naidagdag sa Panginoon, kaya't dinala nila sa mga lansangan ang mga maysakit, at inilagay sa mga higaan at mga banig upang pagdaan ni Pedro ay madaanan man lamang ng anino niya ang ilan sa kanila. Nagkatipon din ang maraming bilang ng mga tao mula sa mga bayang nasa palibot ng Jerusalem, na nagdadala ng mga maysakit, at ng mga pinahihirapan ng masasamang espiritu at silang lahat ay pinagaling (Ang Mga Gawa 5:12-16).

Kapangyarihan ng nagkakaisang pananalangin ang tumulong sa mga apostol na magbahagi ng Salita nang walang takot, magpagaling ng bulag, ng lumpo, at ng mga nanghihina, bumuhay ng patay, magpagaling ng lahat ng klase ng karamdaman, at magpalayas ng masasamang espiritu.

Ang sumusunod ay isang salaysay tungkol kay Pedro na nakabilanggo noong panahong naghahari si Herodes (Agrippa I), matindi ang pag-uusig sa Cristianismo sa pamamahala niya. Sa Ang Mga Gawa 12:5, mababasa natin, *"Habang si Pedro ay nasa bilangguan, ang iglesya ay taimtim na nanalangin sa Diyos para sa kanya."* Habang natutulog si Pedro na nakagapos ng dalawang kadena, nagkakaisa sa pananalangin ang iglesya para sa kanya. Nang marinig ng Diyos ang panalangin ng iglesya, nagpadala Siya ng isang anghel para palayain si Pedro.

Ito ay gabi bago siya litisin ni Herodes, nakagapos siya at binabantayan ng dalawang kawal na nakatayo sa pintuan ng bilangguan (Ang Mga Gawa 12:6). Ipinakita ng Diyos ang kapangyarihan Niya, kinalag Niya ang mga kadena at binuksan ang mga bakal na pintuan ng bilangguan (Ang Mga Gawa 12:7-10). Pagdating ni Pedro sa bahay ni Maria, ang ina ni Juan na tinatawag ding Marcos, nakita niyang maraming tao ang nananalangin para sa kanya (Ang Mga Gawa 12:12). Ang mahimalang pangyayaring ito ay resulta ng kapangyarihan ng nagkakaisang pananalangin ng buong iglesya.

Ang tanging ginawa ng iglesya para sa nakabilanggong si Pedro ay manalangin ng nagkakaisa. Tulad nito, kapag nalulubog sa problema ang isang iglesya, o kumakalat ang sakit sa mga mananampalataya, sa halip na gamitin ang payo o paraan ng tao, o mabahala at mag-alala, dapat magtiwala muna ang mga anak ng Diyos na lulutasin Niya ang lahat ng problema nila bago sila magkasundo at magkaisa sa pananalangin.

Interesado ang Diyos sa nagkakaisang pananalangin ng buong iglesya, nalulugod Siya dito, at sinasagot Niya ang ganitong klaseng panalangin ng may kamangha-manghang kapangyarihan. Naiisip ba ninyo kung gaano ang kaluguran ng Diyos kapag nanalangin nang nagkakaisa ang mga anak Niya para sa kaharian at katuwiran Niya?

Kapag napuspos ng Banal na Espiritu ang mga tao at nanalangin ang kanilang espiritu sa pagsasama-sama nila sa pananalangin nang nagkakaisa, mararanasan nila ang dakilang kapangyarihan ng Diyos. Tatanggapin nila ang kalakasan para mabuhay ayon sa Salita Niya, magiging mga saksi sila ng Diyos na buhay tulad ng mga unang iglesya at mga apostol, palalawakin nila ang kaharian ng Diyos, at tatanggapin ang lahat ng hilingin nila. Tandaan ninyo na ipinangako sa atin ng Diyos na sasagutin Niya tayo kapag humiling tayo at nanalangin ng nagkakaisa. Nawa ay maintindihan ng lubos ng bawat isa sa inyo ang kahalagahan ng pananalanging nagkakaisa, at masigasig na manalangin kasama ng mga nananalangin sa pangalan ni Jesu-Cristo, para maranasan ninyo ang kapangyarihan ng nagkakaisa sa panalangin, tanggapin ang kapangyarihan sa panalangin, at maging mahalagang manggagawa na nagpapatotoo tungkol sa Diyos na buhay, sa pangalan ng Panginoon, idinadalangin ko!

Kabanata 7

Laging Manalangin, Huwag Susuko

At isinalaysay ni Jesus sa kanila ang isang talinhaga kung paanong sila'y dapat laging manalangin at huwag manlupaypay.

Sinabi Niya, "Sa isang lunsod ay may hukom na hindi natatakot sa Diyos at walang taong iginagalang. At sa lunsod na iyon ay may isang babaing balo na laging pumupunta sa kanya na nagsasabi, 'Bigyan mo ako ng katarungan laban sa aking kaaway.' May ilang panahon na siya'y tumanggi, subalit pagkatapos ay sinabi sa kanyang sarili, 'Bagaman ako'y hindi natatakot sa Diyos, at hindi gumagalang sa tao, subalit dahil ginagambala ako ng balong ito, bibigyan ko siya ng katarungan. Kung hindi ay magsasawa ako sa kanyang patuloy na pagpunta rito.'"

At sinabi ng Panginoon, "Pakinggan ninyo ang sinabi ng masamang hukom. At hindi ba bibigyan ng Diyos ng katarungan ang Kanyang mga pinili na sumisigaw sa Kanya araw at gabi, Kanya bang matitiis sila? Sinasabi ko sa inyo, mabilis Niyang bibigyan sila ng katarungan. Gayunmay, pagparito ng Anak ng Tao, makakatagpo kaya Siya ng pananampalataya sa lupa?"

(Lucas 18:1-8)

1. Ang Talinhaga ng Balo at ng Hukom (Ang Talinhaga ng Matiyagang Balo)

Kapag nagtuturo si Jesus ng Salita ng Diyos sa maraming tao, palagi Siyang gumagamit ng mga talinhaga (Marcos 4:33-34). Ang talinhagang ito kung saan nakabase ang kabanatang ito ay nagtuturo sa atin ng kahalagahan ng matiyagang pananalangin, kung paano tayo palaging mananalangin, at kung paano tayo hindi susuko.

Gaano kayo katiyagang manalangin para tanggapin ang kasagutan ng Diyos? May mga panahon bang nagpapahinga kayo sa pananalangin o sumuko na kayo dahil hindi pa sinasagot ng Diyos ang idinadalangin ninyo?

Hindi mabilang ang mga problema at mga usapin sa buhay natin, malaki man o maliit lang. Kapag ibinahagi natin ang ebanghelyo sa ibang tao at ipakilala ang Diyos na buhay, may mga magsisimulang dumalo sa iglesya, umaasa silang magkakaroon ng solusyon ang mga problema nila, ang iba naman ay dadalo para mapanatag ang kanilang mga puso.

Kahit ano pa ang dahilan nila sa pagdalo sa iglesya, habang sumasamba sila sa Diyos at tinatanggap si Jesu-Cristo, natututuhan nila bilang mga anak ng Diyos na pwede nilang tanggapin kahit na anong hilingin nila at nagiging mapanalanginin sila.

Kaya dapat matutuhan sa pamamagitan ng Salita ng Diyos ng lahat ng mga anak Niya ang klase ng panalangin na kinalulugdan ng Diyos. Manalangin sila ayon sa mga pangunahing kondisyon ng pananalangin, at magkaroon ng pananampalataya para magtiyaga sa pananalangin hanggang tanggapin nila ang bunga ng mga sagot ng Diyos. Ito ang dahilan kung bakit batid ng mga may pananampalataya ang kahalagahan ng pananalangin at ang kinagawiang pananalangin. Hindi sila humihinto sa pananalangin kaya hindi sila nagkakasala kahit hindi agad nila natatanggap ang sagot sa mga dalangin nila. Sa halip na sumuko, nananalangin sila ng mas maalab.

Kung ganito ang pananampalataya nila, tatanggapin nila ang kasagutan ng Diyos, luluwalhatiin nila ang Diyos. Pero kahit sinasabi ng mga tao na nagtitiwala sila, mahirap humanap ng mga taong may ganito kalaking pananampalataya. Kaya nananaghoy ang Panginoon nang sibihin Niyang, *"Pagparito ng Anak ng Tao, makakatagpo kaya Siya ng pananampalataya sa lupa?"* (Lucas 18:8)

Sa isang lunsod ay may isang imoral na hukom na binabalik-balikan ng isang babaing balo, nagmamakaawa ito, "Bigyan mo ako ng katarungan laban sa aking kaaway." Naghihintay ng suhol ang masamang hukom na ito pero ni hindi kayang magbigay ng maliit na halaga ng balo para ipakita ang pagpapahalaga sa tulong. Pero pabalik-balik ang balo sa hukom, nagmamakaawa, patuloy namang tumatanggi ang hukom. Hanggang isang araw, nagbago ang hukom. Alam ba ninyo kung bakit? Pakinggan natin kung anong sinasabi ng hukom sa kanyang sarili,

"Bagaman ako'y hindi natatakot sa Diyos, at hindi gumagalang sa tao, subalit dahil ginagambala ako ng balong ito, bibigyan ko siya ng katarungan. Kung hindi ay magsasawa ako sa kanyang patuloy na pagpunta rito" (Lucas 18:4-5).

Dahil hindi sumuko ang babaing balo at pabalik-balik sa paghingi ng tulong sa kanya, bumigay ang masamang hukom sa hinihiling ng balong gumagambala sa kanya.

Sa pagtatapos ng talinhagang ito na ginamit ni Jesus para malaman natin ang paraan para sumagot ang Diyos, sinabi Niya, *"Pakinggan ninyo ang sinabi ng masamang hukom. At hindi ba bibigyan ng Diyos ng katarungan ang Kanyang mga pinili na sumisigaw sa Kanya araw at gabi, Kanya bang matitiis sila? Sinasabi ko sa inyo, mabilis Niyang bibigyan sila ng katarungan"* (talata 6-8).

Kung nakinig sa pakiusap ng babaing balo ang imoral na hukom, bakit naman hindi sasagot ang matuwid na Diyos kapag tumatawag ang mga anak Niya? Kung mangangako silang mag-aayuno, magpupuyat buong gabi, at magiging maalab at masigasig sa pananalangin, paanong hindi sila sasagutin agad ng Diyos? Natitiyak ko na marami na sa inyo ang nakarinig tungkol sa pagtanggap ng mga kasagutan ng Diyos habang tinutupad ang ipinangakong pananalangin.

Sa Mga Awit 50:15, sinasabi, *"At tumawag ka sa Akin sa*

araw ng kabagabagan; ililigtas kita, at luluwalhatiin mo Ako." Sa madaling salita, nais ng Diyos na luwalhatiin natin Siya dahil sinagot Niya ang panalangin natin. Sa Mateo 7:11, ipinapaalala ni Jesus sa atin, *"Kung kayo nga na masasama ay marunong magbigay ng mabubuting kaloob sa inyong mga anak, gaano pa kaya ang inyong Ama na nasa langit ang magbigay ng mabubuting bagay sa mga humihingi sa Kanya?"* Paanong hindi sasagutin ng Diyos ang panalangin ng mga minamahal na mga Anak Niya gayong ibinigay nga Niya ang bugtong na Anak Niya para mamatay para sa atin? Nais ng Diyos na sagutin agad ang mga anak Niyang nagmamahal sa Kanya.

Pero bakit maraming nagsasabing hindi Siya sumasagot sa mga panalangin nila? Sa Mateo 7:7-8, sinabi ni Jesus, *"Humingi kayo, at kayo ay bibigyan, humanap kayo, at kayo ay makakatagpo; tumuktok kayo, at kayo'y pagbubuksan. Sapagkat ang bawat humihingi ay tumatanggap; at ang humahanap ay nakakatagpo; at ang tumutuktok ay pinagbubuksan."* Kaya imposibleng hindi sagutin ang mga panalangin natin. Pero hindi masagot ng Diyos ang panalangin natin sa Kanya dahil may pader ng kasalanan sa pagitan natin, dahil kulang pa ang pananalangin natin, o hindi pa tamang panahon para tanggapin natin ang kasagutan.

Dapat tayong manalangin palagi, dahil kung nagpapatuloy tayo, hindi sumusuko at nananampalataya, gigibain ng Banal na Espiritu ang pader na nakatayo sa pagitan natin at ng Diyos. Bubuksan Niya ang daan sa mga kasagutan at pagsisisi. Kapag sapat na ang dami ng panalangin sa mata ng Diyos, tiyak na sasagot Siya.

Sa Lucas 11:5-8, itinuro muli ni Jesus ang tungkol sa pagtitiyaga at pagiging masugid:

> "Sino sa inyo ang mayroong kaibigan at kayo ay pumunta sa kanya nang hatinggabi at nagsabi sa kanya, 'Kaibigan, pahiramin mo ako ng tatlong tinapay; sapagkat dumating ang isa kong kabigan mula sa isang paglalakbay at wala akong maihain sa kanya.' At siyang nasa loob ay sasagot, 'Huwag mo akong abalahin. Nakasara na ang pinto, nasa higaan na kami ng mga anak ko. Hindi ako makakabangon upang mabigyan ka ng anuman!' Sinasabi ko sa inyo, bagaman hindi siya bumangon at nagbigay sa kanya ng anuman dahil siya ay kanyang kaibigan, ngunit dahil sa kanyang pamimilit siya'y babangon at ibibigay ang anumang kailanganin niya."

Itinuturo sa atin ni Jesus na hindi tumatanggi ang Diyos, sinasagot Niya ang masugid na paghingi ng mga anak Niya. Kapag nananalangin tayo sa Diyos, manalangin tayo ng buong tapang at pagtitiyaga. Hindi ito nangangahulugang basta hihingi kayo, kundi, manalangin kayo at humiling ng may katiyakan at pananampalataya. Maraming binabanggit sa Biblia tungkol sa mga ama ng pananampalataya na tumanggap ng sagot dahil nanalangin sila sa ganitong paraan.

Pagkatapos makipagbuno ni Jacob sa anghel sa may ilog ng Jaboc hanggang sa mag-uumaga, maalab siyang nanalangin at matapang na humiling ng basbas, sinabi niya, "Hindi kita bibitawan malibang ako ay mabasbasan mo" (Genesis 32:26). At pinayagan ng Diyos na magkaroon ng mga biyaya si Jacob. Magmula noon, tinawag na si Jacob na, 'Israel', naging ninuno siya ng mga Israelita.

Sa Mateo 15, mababasa natin ang tungkol sa babaing taga-Canaan na may anak na babaing sinapian ng demonyo. Sumigaw siya kay Jesus, *"Mahabag Ka sa akin, O Panginoon, Anak ni David; ang anak kong babae ay pinapahirapan ng isang demonyo."* Pero hindi nagsalita si Jesus (Mateo 15:22-23). Nang lumapit ang babae sa pangalawang pagkakataon, lumuhod siya sa harapan ni Jesus, at nagmakaawa sa Kanya, sinabi ni Jesus, *"Ako'y hindi sinugo maliban sa mga nawawalang tupa ng sambahayan ni Israel,"* tinanggihan Niya ang hiling ng babae (Mateo 15:25-26). Muling nagpumilit ang babae kay Jesus, *"Oo, Panginoon. Subalit maging ang mga aso ay kumakain ng mga mumo na nalalaglag mula sa hapag ng kanilang panginoon,"* at sinabi sa kanya ni Jesus, *"O babae, napakalaki ng iyong pananampalataya! Mangyayari sa iyo ang sinabi mo"* (Mateo 15:27-28).

Tulad nito, dapat nating tularan ang mga ninuno natin sa pananampalataya ayon sa Salita ng Diyos at palaging manalangin.

Manalangin tayong may pananampalataya, may katiyakan, at may maalab na puso. Sa pananampalataya natin sa ating Diyos na pinapag-ani tayo sa tamang panahon, maging mga tunay na tagasunod tayo ni Cristo sa pananalangin natin, huwag tayong sumuko.

2. Dahilan Kung Bakit Palaging Dapat Manalangin

Tulad ng isang taong dapat huminga para mabuhay, ang mga anak ng Diyos na tumanggap ng Banal na Espiritu ay hindi makakarating sa walang hanggang buhay kung hindi sila mananalangin. Ang panalangin ay pakikipag-usap sa Diyos na buhay, ito ang hininga ng espiritu natin. Kung hindi makikipag-usap ang mga anak ng Diyos na tumanggap ng Banal na Espiritu sa Kanya, mamamatay ang apoy ng Banal na Espiritu, hindi na sila makakalakad sa daan ng buhay, mapupunta na sila sa daan patungo sa kamatayan, at sa bandang huli, hindi sila maliligtas.

Pero dahil pinapatatag ng panalangin ang pakikipag-usap sa Diyos, maliligtas tayo kapag narinig natin ang tinig ng Banal na Espiritu, at matututong mabuhay ayon sa kalooban ng Diyos. Kahit may mga problemang humarang sa daan natin, tuturuan tayo ng Diyos ng paraan para maiwasan ang mga ito. Kikilos din Siya para sa ikabubuti ng lahat ng bagay para sa atin. Sa pamamagitan ng panalangin, mararanasan natin ang kalakasan ng pinakamakapangyarihang Diyos na nagpapalakas sa atin para maharap at mapagtagumpayan ang kaaway na diyablo. Mabibigyan natin Siya ng kaluwalhatian sa matatag na pananampalataya natin na ginagawang posible ang mga imposibleng bagay.

Kaya iniuutos sa atin sa Biblia na manalangin tayong walang patid (1 Mga Taga-Tesalonica 5:17), dahil ito ay "kalooban ng Diyos" (1 Mga Taga-Tesalonica 5:18). Nagpakita ng halimbawa si Jesus tungkol sa tamang paraan ng pananalangin, nanalangin Siya ng walang patid ayon sa kalooban ng Diyos, kahit kailan, kahit saan. Nanalangin Siya sa disyerto, sa bundok, at marami pang iba't ibang lugar, at nanalangin Siya sa gabi at madaling-araw.

Sa pananalanging walang patid, nabuhay ayon sa kalooban ng Diyos ang mga ama natin sa pananampalataya. Sinasabi sa atin ni Propetang Samuel, *"Bukod dito, sa ganang akin, huwag nawang mangyari sa akin na ako'y magkasala laban sa PANGINOON sa paghinto ng pananalangin para sa inyo, kundi ituturo ko sa inyo ang mabuti at matuwid na daan"* (1 Samuel 12:23). Ang panalangin ay kalooban at utos ng Diyos; sinabi sa atin ni Samuel na kasalanan ang paghinto sa pananalangin.

Kapag hindi tayo nanalangin o kaya nagpapahinga tayo sa pananalangin, pumapasok sa isipan natin ang makamundong mga bagay. Mapipigilan nito ang pagsunod natin sa kalooban ng Diyos. Mahaharap tayo sa mahihirap na problema dahil hindi tayo mapoprotektahan ng Diyos. Kaya kapag natukso ang mga tao, magrereklamo sila laban sa Diyos o kaya mas lalayo pa sila sa Kanya.

Dahil dito, ipinapaalala sa atin ng 1 Pedro 5:8-9, *"Magpakatino kayo, magbantay kayo. Ang diyablo na inyong kaaway ay tulad ng leong gumagala at umuungal, na humahanap ng kanyang malalapa. Siya'y labanan ninyo, maging matatag sa inyong pananampalataya, yamang inyong nalalaman na ang mga gayong hirap ay nararanasan ng inyong mga kapatid sa buong sanlibutan."* Hinihikaya't tayo dito na palaging manalangin. Hindi lang kung may problema, dapat palagi, para maging mga pinagpalang mga anak tayo ng Diyos na maayos ang lahat ng aspeto sa buhay.

3. Sa Tamang Panahon, Magkakaroon Tayo ng Masaganang Ani

Mababasa natin sa Galacia 6:9, *"At huwag tayong manghinawa sa paggawa ng mabuti, sapagkat sa takdang panahon ay mag-aani tayo, kung hindi tayo manlulupaypay."* Tulad ito ng pananalangin. Kapag nanalangin tayo palagi ayon sa kalooban ng Diyos at hindi sumusuko, magkakaroon tayo ng masaganang ani pagdating ng tamang panahon.

Kapag nainip ang isang magsasaka pagkatapos niyang maghasik ng butil at hinukay muli ang butil mula sa lupa, o kung hindi siya makapaghintay o pinabayaan ang usbong, bakit pa siya aasa sa aanihin? Kailangan ng katapatan at pagtitiyaga hanggang tanggapin natin ang sagot sa mga dalangin natin.

Bukod dito, magkakaiba ang panahon ng pag-aani, depende ito sa butil na itinanim. May mga butil na namumunga pagkatapos ng ilang buwan, ang iba naman, umaabot ng ilang taon. Mas madaling mag-ani ng mga gulay at palay kaysa sa mansanas o mga hindi pangkaraniwang halamang gamot tulad ng ginseng. Para sa mas mahalaga at mamahaling pananim, kailangang magbigay ng mas maraming oras at pagtitiyaga.

Dapat ninyong malaman na kung idadalangin ninyo ang malala at matinding problema, kailangan ninyong manalangin ng mas maalab. Nang makita ni Propetang Daniel sa isang pangitain ang tungkol sa mangyayari sa Israel, nanaghoy siya sa loob ng tatlong linggo, at nanalangin. Unang araw pa lang, narinig na ng Diyos ang panalangin ni Daniel. Nagpadala Siya ng anghel para matiyak na batid ito ng propeta (Daniel 10:12). Gayon pa man, habang hinahadlangan ang anghel ng prinsipe ng himpapawid sa loob ng dalawampu't isang araw, huling araw na nang makarating ito kay Daniel, dito lang niya nalaman at natiyak (Daniel 10:13-14).

Ano kaya ang mangyayari kung sumuko at huminto sa pananalangin si Daniel? Kahit nabahala at nanghina siya pagkatapos niyang makita ang pangitain, nagpatuloy si Daniel sa pananalangin. Sa bandang huli, tinanggap niya ang kasagutan ng

Diyos.

Kapag nagtitiyaga tayo ng may pananampalataya, at nananalangin hanggang tanggapin ang kasagutan ng Diyos, magbibigay Siya ng magdadala sa atin ng Kanyang mga kasagutan. Ito ang dahilan kung bakit sinabi ng anghel na nagdala kay Propetang Daniel ng kasagutan ng Diyos, *"Ngunit hinadlangan ako ng pinuno ng kaharian ng Persia sa loob ng dalawampu't isang araw. Kaya't si Miguel na isa sa mga punong prinsipe ay dumating upang tulungan ako. At ako'y naiwan doon kasama ng mga hari ng Persia. Pumarito ako upang ipaunawa sa iyo kung ano ang mangyayari sa iyong bayan sa mga huling araw. Sapagkat mayroon pang pangitain para sa mga araw na iyon"* (Daniel 10:13-14).

Anong klaseng mga problema ang idinadalangin ninyo? Ang panalangin ba ninyo ay nakakarating sa trono ng Diyos? Para maunawaan ang pangitaing ibinigay sa kanya ng Diyos, nagdesisyon si Daniel na magpakumbaba. Hindi siya kumain ng masasarap na pagkain, wala siyang kinaing karne at hindi uminom ng alak. Hindi siya nagpahid ng langis hanggang sa matapos ang buong tatlong linggo (Daniel 10:3). Dahil nagpakumbaba si Daniel sa loob ng tatlong linggo at tumuon sa pananalangin, dininig ng Diyos ang dalangin niya, sumagot Siya sa unang araw.

Bigyang pansin natin dito ang puntong kahit narinig ng Diyos ang dalangin ni Daniel at sumagot Siya sa unang araw pa lang, inabot ng tatlong linggo ang pagdating ng sagot kay Daniel. Kapag may matinding problema ang karamihan sa atin, nananalangin ang iba sa atin ng isa o dalawang araw, pagkatapos, susuko na agad. Pagpapatunay ito na maliit ang pananampalataya nila.

Ang kailangan ng henerasyon natin ngayon ay pusong nagtitiwala sa Diyos na sumasagot sa atin, natitiyaga, at nananalangin. Hindi mahalaga kung kailan dadating ang kasagutan ng Diyos. Paano tayo aasang tatanggap ng kasagutan ng Diyos kung hindi tayo matitiyaga?

Ibinibigay ng Diyos ang ulan sa kapanahunan nito, ulang sa taglagas, at ulan sa tagsibol, itinatakda Niya ang panahon ng pagaani (Jeremias 5:24). Kaya sinabi sa atin ni Jesus, *"Ang lahat ng bagay na iyong idalangin at hingin, paniwalaan ninyong tinanggap na ninyo at iyon ay mapapasainyo"* (Marcos 11:24). Dahil nagtiwala si Daniel sa Diyos na sumasagot sa mga dalangin hindi siya huminto hanggang sa tanggapin niya ang kasagutan mula sa Diyos.

Sinasabi sa atin ng Biblia, *"Ngayon, ang pananampalataya ay ang katiyakan sa mga bagay na inaasahan, ang paninindigan sa mga bagay na hindi nakikita"* (Sa Mga Hebreo 11:1). Kung mayroong isang tao na huminto sa pananalangin dahil hindi pa niya natatanggap ang kasagutan mula sa Diyos, huwag niyang isiping may pananampalataya siya o tatanggap siya ng kasagutan. Kung tunay ang pananampalataya niya hindi siya mababahala sa kasalukuyang nangyayari kundi magpapatuloy siya sa pananalangin at hindi susuko. Ito ay sapagkat nagtitiwala siya sa Diyos na tiyak na sasagot. Ipapaani Niya sa atin kung ano ang ating itinanim, at nagbabayad Siya ayon sa ating ginawa.

Mababasa natin sa Efeso 5:7-8, *"Kaya't huwag kayong makibahagi sa kanila; sapagkat kayo'y dating kadiliman, subalit ngayon ay liwanag sa Panginoon. Lumakad kayong gaya ng mga anak ng Liwanag."* Nawa ay magkaroon ng tunay na pananampalataya ang bawat isa sa inyo, magtiyaga sa pananalangin sa makapangyarihang Diyos, tanggapin ang lahat ng hinihiling sa panalangin, at magsulong ng buhay na puno ng pagpapala mula sa Diyos, sa pangalan ng ating Panginoong Jesu-Cristo, idinadalangin ko!

Ang May-akda:
Dr. Jaerock Lee

Si Dr. Jaerock Lee ay ipinanganak sa Muan, probinsya ng Jeonnam, Republika ng Korea noong 1943. Noong dalawampung taong gulang siya, nagdusa siya sa iba't ibang karamdamang walang lunas sa loob ng pitong taon, naghintay na lang ng kamatayan dahil nawalan na siya ng pag-asang gumaling. Gayon pa man, isang araw sa tagsibol ng 1974, niyaya siya sa isang iglesya ng kapatid niyang babae at nang lumuhod siya para manalangin, agad siyang pinagaling mula sa lahat ng mga karamdaman niya ng buhay na Diyos.

Magmula nang nakilala ni Dr. Lee ang buhay na Diyos sa kamangha-manghang karanasang iyon, inibig na niya ito ng buong puso at katapatan. Noong taong 1978, tinawag siya para maging lingkod Niya. Maalab siyang nanalangin para lubos niyang maunawaan ang kalooban ng Diyos, ganap itong tuparin at sundin ang lahat ng Salita Niya. Noong taong 1982, itinatag niya ang Manmin Central Church sa Seoul, Korea at nagsimulang maganap sa iglesyang ito ang hindi mabilang na mga pagkilos ng Diyos, kasama na ang mga kahima-himalang mga paggaling at kababalaghan.

Noong taong 1986, itinalaga si Dr. Lee bilang pastor sa Annual Assembly of Jesus' Sungkyul Church ng Korea, at pagkatapos ng apat na taon, noong 1990, ang mga sermon niya ay sinimulan na isahimpapawid sa Australia, Russia, Pilipinas at marami pang iba, sa pamamagitan ng Far East Broadcasting Company, ng Asia Broadcast Station, at ng Washington Christian Radio System.

Pagkatapos ng tatlong taon, noong 1993, hinirang ang Manmin Central Church bilang isa sa "Limampung Nangungunang Iglesya sa Buong Mundo" ng Christian World magasin ng US at ginawaran siya ng Honorary Doctorate of Divinity mula sa Christian Faith College, Florida, USA, at noong taong 1996, isang Ph. D. sa Pagmiministeryo mula sa Kingsway Theological Seminary, Iowa, USA.

Mula noong taong 1993, nanguna si Dr. Lee sa pagmimisyon sa buong mundo sa maraming krusada sa ibang bansa tulad ng Tanzania, Argentina, L.A., Lungsod ng Baltimore, Hawaii, at Lungsod ng New York sa USA, Uganda, Japan, Pakistan, Kenya, Pilipinas, Honduras, India, Russia, Germany, Peru, Demokratikong Republika ng Congo, Israel, at Estonia.

Noong taong 2002, binansagan siyang "worldwide pastor" (pang-buong mundong pastor) ng malalaking pahayagang pang-Cristiano sa Korea dahil sa mga gawain niya sa iba't ibang malalaking krusada ng pagkakaisa sa ibang bansa. Tulad ng krusada niya sa pinakatanyag na arena sa buong mundo ang Madison Square Garden sa New York noong taong 2006. Ang okasyong ito ay naibrodkast sa 220 bansa at ang krusada ng pagkakaisa niya sa Israel noong taong 2009 na idinaos sa International Convention Center (ICC) sa Jerusalem kung saan matapang niyang idineklara na Jesu-Cristo ang Mesyas at Tagapagligtas.

Ang mga sermon niya ay ibinobrodkast sa 176 mga bansa sa pamamagitan ng satellite at GCN TV. Nakasama rin siya sa listahan ng sampung pinakamaimpluwensyang Cristianong lider noong taong 2009, at noong taong 2010 ng popular na pang-Cristianong magasin sa Russia na In Victory at ng ahensya ng pagbabalita na Christian Telegraph dahil sa kanyang makapangyarihang ministeryo ng pagbobrodkast sa telebisyon at pagpapastor ng mga iglesya.

Nitong Abril 2016, ang Manmin Central Church ay may bilang ng kaanib na 120,000 miyembro. Mayroong mga 10,000 sangay sa sariling Bansa at sa ibayong Dagat sa iba't ibang panig ng mundo, at sa kasalukuyan mayroong mahigit 102 misyonero ay naipadala na sa 23 mga bansa, kabilang na ang Estados Unidos, Russia, Germany, Canada, Japan, China, France, India, Kenya at sa marami pa.

Sa petsa ng paglalathala ng Taga-paglimbag nito, si Dr. Lee ay nakasulat na ng 102 na mga aklat, kabilang na ang pinakamabiling aklat ang Malasahan ang Walang Hanggang Buhay bago ang Kamatayan, Buhay Ko, Pananalig Ko I & II, Ang Mensahe ng Krus, Ang Sukat ng Pananampalataya, Langit I & II, Impiyerno at Ang Kapangyarihan ng Diyos. Ang kanyang mga aklat ay isinalin na sa mahigit na 76 na wika.

Ang kanyang Kristiyanong lathala ay nakikita sa Ang Hankook Iibo, Ang JoongAng Daily, Ang Dong-A Iibo, Ang Chosun Ilbo, Ang Munhwa Ilbo, Ang Seoul Shinmun, Ang Kyunghyang Shinmun, Ang Korean Economic Daily, Ang Korea Herald, Ang Shisa News, at Ang Christian Press.

Si Dr. Lee ang kasalukuyang pinuno ng maraming samahang pang-misyonero at mga asosasyon; kasama na ang pagiging Chairman, The United Holiness Church of Jesus Christ, Presidente, Manmin World Mission; Chairman, Global Christian Network (GCN); Tagapag-tatag at Punong kinatawan, World Christian Doctors Network (WCDN); at Tagapag-tatag & punong kinatawan, Manmin International Seminary (MIS).

Iba pang makapangyarihang mga aklat ni Dr. Lee:

Langit I & II

Detalyadong paglalarawan ng napakaringal na tahanan na matatamasa ng mga tao sa langit at ang napakagandang mga antas ng kaharian ng langit.

Ang Mensahe ng Krus

Makapangyarihang mensahe para sa lahat ng taong espirituwal na natutulog! Sa aklat na ito makikita ang dahilan kung bakit si Jesus ang tanging Tagapagligtas at ang tunay na pag-ibig ng Diyos.

Impierno

Isang madamdaming mensahe sa lahat ng nilalang mula sa Diyos, na may kahilingang wala sanang mapahamak na kaluluwa patungo sa kalaliman ng Impierno! Iyong madidiskubre ang hindi pa naihahayag na nakaraan na talaan ng nakapangingilabot na katotohanan ng Mababang Libingan at Impierno.

Espiritu, Kaluluwa, at Katawan I & II

Sa pamamagitan ng espirituwal na pagkilala tungkol sa espiritu, kaluluwa, at katawan, na siyang bumubuo sa tao makikilala din ng magbabasa ang 'sarili' niya at magkakaroon siya ng maliwanag na pagkaunawa tungkol sa buhay mismo.

Ang Sukat ng Pananampalataya

Anong uri ng tahanan, korona at mga gantimpala ang nakalaan sa iyo sa langit? Ang aklat na ito ay nagbibigay ng karunungan at gabay sa iyo para sukatin ang iyong pananalig at pagyamanin ang pinakamabuti at pinakaganap na pananalig.

Gumising Israel

Bakit nananatiling nakatuon ang Paningin ng Diyos sa Israel mula pa nang simula ng mundo hanggang sa araw na ito? Anong uring Probidensya mayroon Siya na inihanda para sa Israel sa huling araw, na naghihintay sa Mesias?

Buhay Ko, Pananalig Ko I & II

Napakabangong espirituwal na samyo na kinatas sa buhay na umusbong sa walang kaparis na pagmamahal para sa Diyos, sa gitna ng madidilim na alon, malamig na pamatok at ang pinakamalalim na desperasyon.

Ang Kapangyarihan ng Diyos

Ang higit na binabasa na nagsisilbing gabay na kung saan ang isa ay makapang-hahawak ng tunay na pananampalataya at maranasan ang kahanga-hangang kapangyarihan ng Diyos.

www.urimbooks.com

www.ingramcontent.com/pod-product-compliance
Lightning Source LLC
LaVergne TN
LVHW051950060526
838201LV00059B/3581